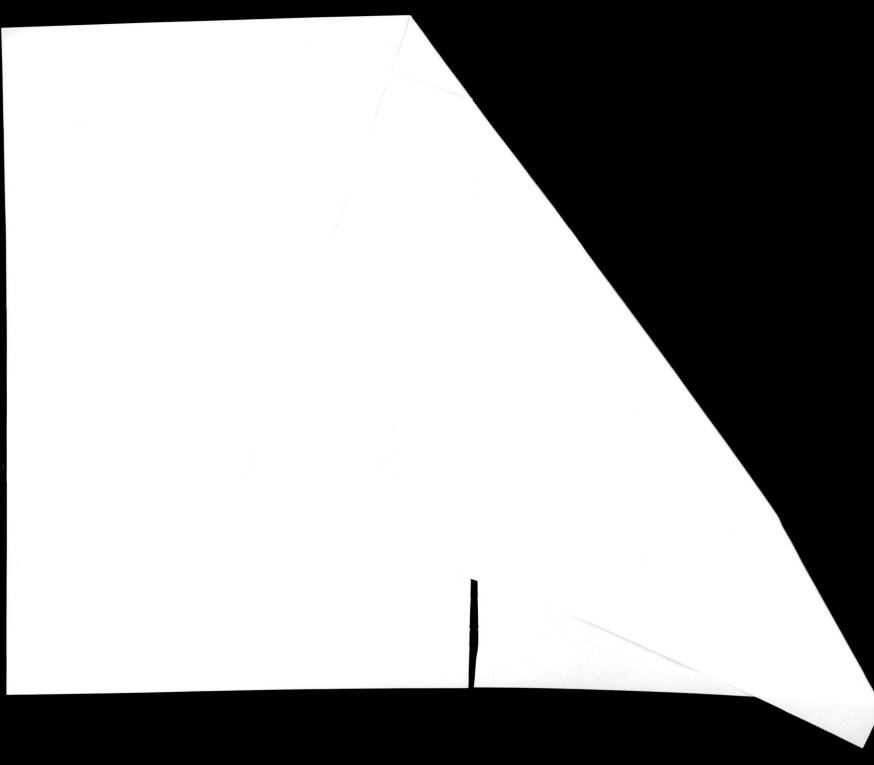

はじめに

カンナダ語は、インド亜大陸南西部に位置するカルナータカ州の州公用語であり、憲法で公認されている州の言語の21言語の1つです。話者数は約4370万人。最古の文字資料は、西暦450年のハルミディ刻文です。日本で、稲荷山古墳（埼玉県）の鉄剣が作られた頃にあたります。系統的には、ドラヴィダ語族に属し、日本語起源論争の対象となったタミル語とは非常に近い言語です。言語類型論的には、動詞的分詞や複合動詞の構造・用法や関係節の形成法などは、日本語に非常に類似し、日本人には学び易い言語です。方言は、地域方言に加え、いわゆる社会方言の一種、カースト方言が看取されます。タミル語では、文語と口語の乖離が著しく「二言語併用」が夙に知られていますが、カンナダ語では、それらは僅かな音声上の違いが見られる程度です。借用語彙も、本来のドラヴィダ語のそれを保持しているタミル語と違い、多くのサンスクリット語語彙が入っています。

カルナータカ州の州都であるバンガロール（ベンガルール）は、発展著しいインドサイバー産業の一大拠点、そしてマイソール（マイスール）は古きカルナータカ文化を残す美しい古都です。カルナータカ人（カンナディガー）は、穏やかな温厚な民族性をもっています。

本書の作成にあたり、先ず、刊行をお勧めくださいました故佐藤政人先生、実際の作業をお許しくださいました佐藤歩武先生に衷心より深謝を申し上げます。また、京都大学大学院修士課程在籍中に、カンナダ語の手解きを仰いだ故内田紀彦博士、インド国マイソール大学カンナダ学研究所に在学中、公私にわたりお世話になった、Central Institute of Indian Languages の故 Dr. Ramadhar Singh に、心よりお礼を申し上げます。

参考文献として、現代カンナダ語の代表的な辞書と文法書を以下に挙げます。

［辞書］

Kittel, F (2020), *Kannada-English Dictionary* (Gyan Publishing House, New Delhi)

バンドー・ビマジ・ラージャプローヒト (Bando Bimaji Purohita)・内田紀彦（2016）『カンナダ語・日本語辞典』、三省堂：東京

［文法書］

Halemane, L. & M. N. Leelavathi (1996), *An Intensive Course in Kannada* (Central Institute of Indian Languages, Mysore)

Hudson, Th (1979), *An Elementary Grammar of the Kannada Language* (Asian Educational Services, New Delhi)

Schiffman, H (1979), *A Reference Grammar of Spoken Kannada* [Publications on Asia of the Henry m Jackson School of International Studies, No 39] (Department of Asian Languages, University of Washington, Seattle.

Spencer, H (1950), *A Kanarese Grammar with Graduated Exercises* (Wesley Press, Mysore)

Zydenbos, R. J (2020), *A Manual of Modern Kannada* (Cross Asia, Heidelberg)

2024 年 6 月

家本　太郎

目　次

第１部　文字と発音 …… 1
１．母音組織 …… 2
２．子音組織 …… 3
３．母音文字 …… 4
４．子音文字 …… 5
５．書き順 …… 6
６．第２子音字 …… 10
７．子音化記号 …… 14
８．他の記号 …… 15
９．母音・子音結合 …… 16
10. 連声 …… 21
第２部　文法 …… 23
１．代名詞（単数） …… 24
２．代名詞（複数） …… 25
３．所属人称接辞 …… 27
４．名詞句否定辞 …… 30
５．疑問代名詞 …… 31
６．「はい・いいえ」の疑問 …… 32
７．所属表示（代）名詞 …… 34
８．名詞句限定形容詞（本来の形容詞） …… 36
９．指示形容詞 …… 37
10. 名詞句限定形容詞（派生形容詞 -1） …… 38

11. 名詞句限定形容詞（派生形容詞 -2） …… 40
12. 述部形容詞（名詞化形容詞） …… 41
13. 形容詞の比較 …… 42
14. 対格 …… 43
15. 属格 …… 45
16. 為格 …… 46
17. 起点格 …… 50
18. 処格 …… 52
19. 名詞の変化（まとめ） …… 55
20. 人称代名詞の変化（まとめ） …… 60
21. 現在時制 …… 63
22. 未来時制 …… 66
23. 過去時制（規則形） …… 68
24. 過去時制（不規則形-１） …… 71
25. 過去時制（不規則形-２） …… 74
26. 不確定時制 …… 82
27. 融合否定 …… 84
28. ２人称命令形（普通体） …… 86
29. ２人称命令形（丁寧体） …… 87
30. 勧奨表現 …… 89
31. 願望表現 …… 90
32. 不定詞 …… 91
33. 可能動詞 …… 93
34. bal- 可能動詞 …… 95
35. 動詞的分詞（完了） …… 97

目　次

36. 動詞的分詞・否定 …… 106
37. 動詞的分詞(未完了) …… 107
38. 分詞名詞 …… 108
39. 否定形・非過去時制 …… 111
40. 否定形・過去時制 …… 113
41. 非人称動詞 (ಬೇಕು-1) …… 114
42. 非人称動詞 (ಬೇಕು-2) …… 115
43. 非人称動詞 (ಬೇಡ-1) …… 116
44. 非人称動詞 (ಬೇಡ-2) …… 117
45. 非人称動詞 (ಬಹುದು) …… 118
46. 非人称動詞 (ಬಾರದು) …… 119
47. 非人称動詞 (ಕೂಡದು) …… 120
48. 非人称動詞 (ಗೊತ್ತು, ಗೊತ್ತಿಲ್ಲ) …… 121
49. 非人称動詞 (ಸಾಕು, ಸಾಲದು / ಸಾಲಲ್ಲ) …… 122
50. 非人称動詞 (ಇಷ್ಟ, ಇಷ್ಟ ಇಲ್ಲ) …… 123
51. 条件形 …… 124
52. 否定条件形 …… 126
53. 関係節(肯定形) …… 127
54. 関係節(副詞相当句)肯定形 …… 129
55. 関係節(否定形) …… 132
56. 分詞名詞 …… 133
57. 複合動詞 (ಆಗು-1) …… 135
58. 複合動詞 (ಆಗು-2) …… 137
59. 複合動詞 (ಇರು-1) …… 137
60. 複合動詞 (ಇರು-2) …… 139

61. 複合動詞 (ಇರು-3) 140
62. 複合動詞 (ಬಿಡು) 141
63. 複合動詞 (ಹಾಕು) 142
64. 複合動詞 (ಹೋಗು) 143
65. 複合動詞 (ಆಡು) 144
66. 複合動詞 (ನೋಡು) 145
67. 複合動詞 (ಕೊಳ್ಳು) 146
68. 複合動詞 (ಕೊಡು) 147
69. 副詞 148
70. 後置詞 149
71. 使役構文 153
72. 受動構文 154
73. anta 構文 155
74. ante 構文 157
75. 小詞 (-ā) 159
76. 小詞 (-ū) 160
77. 小詞 (-ē) 161
78. 小詞 (-ō) 162
79. 関係節(アーリア語タイプ) 163
80. 数詞 164

第３部　語彙集 167

第１部
文字と発音

1．母音組織

	初頭 短母音	k付加	初頭 長母音	k音付加
低・中・非円唇	a	ka	ā	kā
高・前・非円唇	i	ki	ī	kī
高・後・円唇	u	ku	ū	kū
成節母音	r̥	kr̥	r̥̄	kr̥̄

	初頭 短母音	k付加	初頭 長母音	k付加	初頭 二重母音	k付加
前・非円唇	e	ke	ē	kē	ai	kai
後・円唇	o	ko	ō	kō	au	kau

２．子音組織

	無声 無気	無声 有気	有声 無気	有声 有気	鼻音
軟口蓋閉鎖音	ka	kha	ga	gha	ṅa
硬口蓋破擦音	ca	cha	ja	jha	ña
反舌閉鎖音	ṭa	ṭha	ḍa	ḍha	ṇa
歯茎閉鎖音	ta	tha	da	dha	na
両唇閉鎖音	pa	pha	ba	bha	ma

硬口蓋接近音　ya　　歯茎巻舌音　ra

歯茎側音　la　　両唇軟口蓋接近音　va

硬口蓋歯茎摩擦音　śa　反舌摩擦音　ṣa　歯茎摩擦音　sa

声門摩擦音　ha　　反舌側音　ḷa

3. 母音文字

	初頭 短母音	k付加	初頭 長母音	k音付加
低・中・非円唇	ಅ	ಕ	ಆ	ಕಾ
高・前・非円唇	ಇ	ಕಿ	ಈ	ಕೀ
高・後・円唇	ಉ	ಕು	ಊ	ಕೂ
成節母音	ಋ	ಕೃ	ೠ	ಕೄ

	初頭 短母音	k付加	初頭 長母音	k付加	初頭 二重母音	k付加
前・非円唇	ಎ	ಕೆ	ಏ	ಕೇ	ಐ	ಕೈ
後・円唇	ಒ	ಕೊ	ಓ	ಕೋ	ಔ	ಕೌ

4．子音文字

	無声 無気	無声 有気	有声 無気	有声 有気	鼻音
軟口蓋閉鎖音	ಕ	ಖ	ಗ	ಘ	ಙ
硬口蓋破擦音	ಚ	ಛ	ಜ	ಝ	ಞ
反舌閉鎖音	ಟ	ಠ	ಡ	ಢ	ಣ
歯茎閉鎖音	ತ	ಥ	ದ	ಧ	ನ
両唇閉鎖音	ಪ	ಫ	ಬ	ಭ	ಮ

硬口蓋接近音　ಯ　　歯茎巻舌音　ರ

歯茎側音　ಲ　　両唇軟口蓋接近音　ವ

硬口蓋歯茎摩擦音　ಶ　　反舌摩擦音　ಷ　　歯茎摩擦音　ಸ

声門摩擦音　ಹ　　反舌側音　ಳ

5. 書き順

a		短・低中舌・非円唇母音
ā		長・低中舌・非円唇母音
i		短・高前舌・非円唇母音
ī		長・高前舌・非円唇母音
u		短・高後舌・円唇母音
ū		長・高後舌・円唇母音
r̥		成節母音
r̥̄		成節母音
e		短・中前舌・非円唇母音
ē		長・中前舌・非円唇母音
ai		二重母音

o		短・中後舌・ 円唇母音
ō		長・中後舌・ 円唇母音
au		二重母音
ka		無声・無気・ 軟口蓋閉鎖音
kha		無声・有気・ 軟口蓋閉鎖音
ga		有声・有気・ 軟口蓋閉鎖音
gha		有声・有気・ 軟口蓋閉鎖音
ṅa		軟口蓋鼻音
ca		無声・無気・ 硬口蓋破擦音
cha	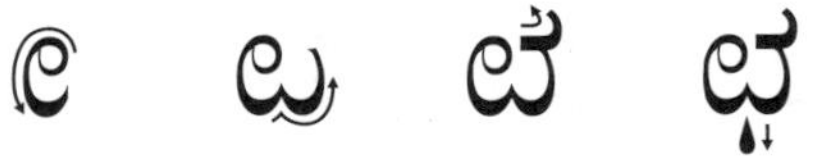	無声・有気・ 硬口蓋破擦音
ja		有声・無気・ 軟口蓋破擦音
jha		有声・有気・ 軟口蓋破擦音

ña		軟口蓋鼻音
ṭa		無声・無気・反舌閉鎖音
ṭha		無声・有気・反舌閉鎖音
ḍa		有声・無気・反舌閉鎖音
ḍha		有声・有気・反舌閉鎖音
ṇa	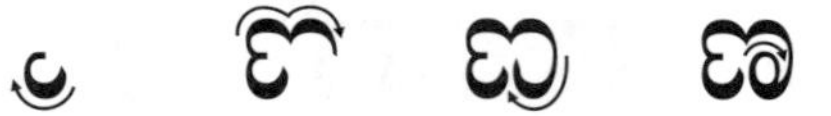	反舌鼻音
ta		無声・無気・歯閉鎖音
tha		無声・有気・歯閉鎖音
da		有声・無気・歯閉鎖音
dha		有声・有気・歯閉鎖音
na		歯鼻音
pa		無声・無気・両唇閉鎖音

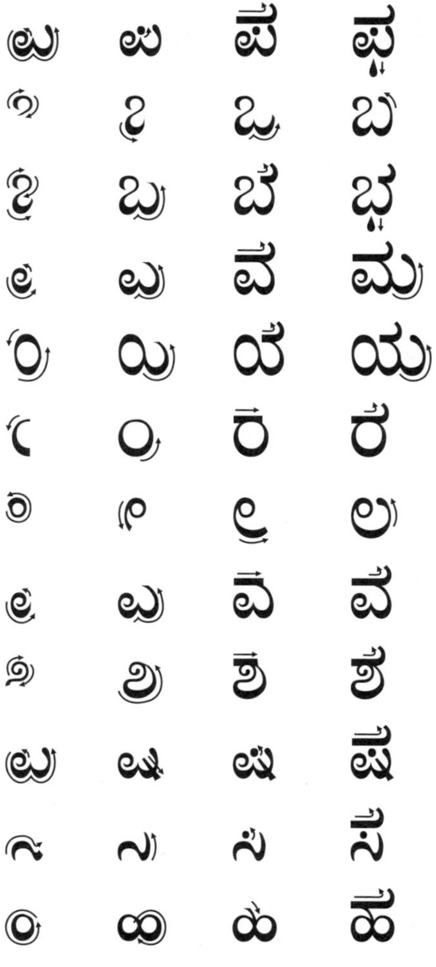

pha	ಫ	無声・有気・両唇閉鎖音
ba	ಬ	有声・無気・両唇閉鎖音
bha	ಭ	有声・無気・両唇閉鎖音
ma	ಮ	両唇鼻音
ya	ಯ	硬口蓋接近音
ra	ರ	歯茎巻舌音
la	ಲ	歯茎側音
va	ವ	両唇軟口蓋接近音
śa	ಶ	硬口蓋歯茎摩擦音
ṣa	ಷ	反舌摩擦音
sa	ಸ	歯茎摩擦音
ha	ಹ	声門摩擦音

ḷa  反舌側音

6. 第2子音字

ka	ಕ	್ಕ	ಅಕ್ಕ akka	ಶುಲ್ಕ śulka
kha	ಖ	್ಖ	ಸ್ಖಲನ skhalana	
ga	ಗ	್ಗ	ಕಾಡ್ಗೋಣ kāḍgōṇa	ಹಗ್ಗ hagga
gha	ಘ	್ಘ	ಉದ್ಘಾತನೆ udghātane	
ṅa	ಙ	್ಙ	ಶಾರ್ಙ್ಗ śārṅga	
ca	ಚ	್ಚ	ಹುಚ್ಚ hucca	ನಿಶ್ಚಯ niścaya
cha	ಛ	್ಛ	ಇಚ್ಛೆ icche	

ja	ಜ	್ಜ	ಅಜ್ಜ ajja	ಕುಬ್ಜ kubja
jha	ಝ	್ಝ	ಝರ್ಝರ jharjhara	
ña	ಞ	್ಞ	ಜ್ಞಾಪಕ jñāpaka	
ṭa	ಟ	್ಟ	ಕಷ್ಟ kaṣṭa	ಪಟ್ಟಣ paṭṭaṇa
ṭha	ಠ	್ಠ	ಶ್ರೇಷ್ಠ śrēṣṭha	
ḍa	ಡ	್ಡ	ಬಡ್ಡಿ baḍḍi	ದೊಡ್ಡ doḍḍa
ḍha	ಢ	್ಢ	ಅಷಡ್ಢಾಳ aṣḍḍhāḷa	
ṇa	ಣ	್ಣ	ಪಟ್ಣ paṭṇa	ಅಣ್ಣ aṇṇa

ta	ತ	್ತ	ಸಮಸ್ತ samasta	ಹತ್ತು hattu
tha	ಥ	್ಥ	ಸ್ಥಳ sthaḷa	
da	ದ	್ದ	ಇದ್ದು iddu	
dha	ಧ	್ಧ	ಆರಬ್ಧ ārabdha	
na	ನ	್ನ	ಪತ್ನಿ patni	ಅನ್ನ anna
pa	ಪ	್ಪ	ತಪ್ಪು tappu	ಪುಷ್ಪ puṣpa
pha	ಫ	್ಫ	ಸ್ಫಟಿಕ spaṭika	
ba	ಬ	್ಬ	ಹುಬ್ಬು hubbu	

bha	ಭ	್ಭ	ಅದ್ಭುತ adbhuta	
ma	ಮ	್ಮ	ಆತ್ಮ ātma	ತಮ್ಮ tamma
ya	ಯ	್ಯ	ವಾಕ್ಯ vākya	ಅಯ್ಯೋ ayyō
ra	ರ	್ರ	ಪ್ರಾಣ prāṇa	ಪತ್ರ patra
		ರ್	ಕರ್ನಾಟಕ karnāṭaka	ಸೂರ್ಯ sūrya
la	ಲ	್ಲ	ಇಲ್ಲಿ illi	ಆಹ್ಲಾದ āhlāda
va	ವ	್ವ	ಅವ್ವ avva	ಅನ್ವೇಷಣೆ anvēṣaṇe
śa	ಶ	್ಶ	ದರ್ಶನ darśana	

ṣa	ಷ	್ಷ	ಕ್ಷಮೆ kṣame	ಅಕ್ಷರ akṣara
sa	ಸ	್ಸ	ಬಸ್ಸು bassu	ಉತ್ಸಾಹ utsāha
ha	ಹ	್ಹ	ನ್ಹ cinha	
ḷa	ಳ	್ಳ	ಕಳ್ಳ kaḷḷa	

7．子音化記号

字母の右肩に ್ を付加する。

ಕ	→	ಕ್	ಗ	→	ಗ್
ಚ	→	ಚ್	ಟ	→	ಟ್
ತ	→	ತ್	ನ	→	ನ್
ಪ	→	ಪ್	ಮ	→	ಮ್
ಯ	→	ಯ್	ರ	→	ರ್

８．他の記号

(1) ಂ 鼻子音を表記するソンネ (sonne)

後続する子音と同系の鼻音の音価を示す

aṅka	ಅಂಕ
añjali	ಅಂಜಲಿ
uṇṭu	ಉಂಟು
anta	ಅಂತ
impu	ಇಂಪು

鼻音が後続する場合は第２子音字を用いる

uṇṇu	ಉಣ್ಣು
innu	ಇನ್ನು
amma	ಅಮ್ಮ

(2) ಃ サンスクリットの気音のヴィサルガ (visarga)

多くは最後の音節に付加される

punaḥ	ಉಪುನಃ

9．母音・子音結合

	a	ā	i	ī	u	ū	ṛ	ṝ
	ಅ	ಆ	ಇ	ಈ	ಉ	ಊ	ಋ	ೠ
k	ಕ	ಕಾ	ಕಿ	ಕೀ	ಕು	ಕೂ	ಕೃ	ಕೄ
kh	ಖ	ಖಾ	ಖಿ	ಖೀ	ಖು	ಖೂ	ಖೃ	ಖೄ
g	ಗ	ಗಾ	ಗಿ	ಗೀ	ಗು	ಗೂ	ಗೃ	ಗೄ
gh	ಘ	ಘಾ	ಘಿ	ಘೀ	ಘು	ಘೂ	ಘೃ	ಘೄ
ṅ	ಙ	ಙಾ	ಙಿ	ಙೀ	ಙು	ಙೂ	ಙೃ	ಙೄ
c	ಚ	ಚಾ	ಚಿ	ಚೀ	ಚು	ಚೂ	ಚೃ	ಚೄ
ch	ಛ	ಛಾ	ಛಿ	ಛೀ	ಛು	ಛೂ	ಛೃ	ಛೄ
j	ಜ	ಜಾ	ಜಿ	ಜೀ	ಜು	ಜೂ	ಜೃ	ಜೄ
jh	ಝ	ಝಾ	ಝಿ	ಝೀ	ಝು	ಝೂ	ಝೃ	ಝೄ
ñ	ಞ	ಞಾ	ಞಿ	ಞೀ	ಞು	ಞೂ	ಞೃ	ಞೄ
ṭ	ಟ	ಟಾ	ಟಿ	ಟೀ	ಟು	ಟೂ	ಟೃ	ಟೄ
ṭh	ಠ	ಠಾ	ಠಿ	ಠೀ	ಠು	ಠೂ	ಠೃ	ಠೄ

	a	ā	i	ī	u	ū	ṛ	ṝ
	ಅ	ಆ	ಇ	ಈ	ಉ	ಊ	ಋ	ೠ
ḍ	ಡ	ಡಾ	ಡಿ	ಡೀ	ಡು	ಡೂ	ಡೃ	ಡೄ
ḍh	ಢ	ಢಾ	ಢಿ	ಢೀ	ಢು	ಢೂ	ಢೃ	ಢೄ
ṇ	ಣ	ಣಾ	ಣಿ	ಣೀ	ಣು	ಣೂ	ಣೃ	ಣೄ
t	ತ	ತಾ	ತಿ	ತೀ	ತು	ತೂ	ತೃ	ತೄ
th	ಥ	ಥಾ	ಥಿ	ಥೀ	ಥು	ಥೂ	ಥೃ	ಥೄ
d	ದ	ದಾ	ದಿ	ದೀ	ದು	ದೂ	ದೃ	ದೄ
dh	ಧ	ಧಾ	ಧಿ	ಧೀ	ಧು	ಧೂ	ಧೃ	ಧೄ
n	ನ	ನಾ	ನಿ	ನೀ	ನು	ನೂ	ನೃ	ನೄ
p	ಪ	ಪಾ	ಪಿ	ಪೀ	ಪು	ಪೂ	ಪೃ	ಪೄ
ph	ಫ	ಫಾ	ಫಿ	ಫೀ	ಫು	ಫೂ	ಫೃ	ಫೄ
b	ಬ	ಬಾ	ಬಿ	ಬೀ	ಬು	ಬೂ	ಬೃ	ಬೄ
bh	ಭ	ಭಾ	ಭಿ	ಭೀ	ಭು	ಭೂ	ಭೃ	ಭೄ
m	ಮ	ಮಾ	ಮಿ	ಮೀ	ಮು	ಮೂ	ಮೃ	ಮೄ

	a	ā	i	ī	u	ū	ṛ	ṝ
	ಅ	ಆ	ಇ	ಈ	ಉ	ಊ	ಋ	ೠ
y	ಯ	ಯಾ	ಯಿ	ಯೀ	ಯು	ಯೂ	ಯೃ	ಯೄ
r	ರ	ರಾ	ರಿ	ರೀ	ರು	ರೂ	ರೃ	ರೄ
l	ಲ	ಲಾ	ಲಿ	ಲೀ	ಲು	ಲೂ	ಲೃ	ಲೄ
v	ವ	ವಾ	ವಿ	ವೀ	ವು	ವೂ	ವೃ	ವೄ
ś	ಶ	ಶಾ	ಶಿ	ಶೀ	ಶು	ಶೂ	ಶೃ	ಶೄ
ṣ	ಷ	ಷಾ	ಷಿ	ಷೀ	ಷು	ಷೂ	ಷೃ	ಷೄ
s	ಸ	ಸಾ	ಸಿ	ಸೀ	ಸು	ಸೂ	ಸೃ	ಸೄ
h	ಹ	ಹಾ	ಹಿ	ಹೀ	ಹು	ಹೂ	ಹೃ	ಹೄ
ḷ	ಳ	ಳಾ	ಳಿ	ಳೀ	ಳು	ಳೂ	ಳೃ	ಳೄ

		e	ē	ai	o	ō	au		
		ಎ	ಏ	ಐ	ಒ	ಓ	ಔ		
k	ಕ	ಕೆ	ಕೇ	ಕೈ	ಕೊ	ಕೋ	ಕೌ	ಕ್	್ಕ
kh	ಖ	ಖೆ	ಖೇ	ಖೈ	ಖೊ	ಖೋ	ಖೌ	ಖ್	್ಖ

		e	ē	ai	o	ō	au		
		ಎ	ಏ	ಐ	ಒ	ಓ	ಔ		
g	ಗ	ಗೆ	ಗೇ	ಗೈ	ಗೊ	ಗೋ	ಗೌ	ಗ್	್ಗ
gh	ಘ	ಘೆ	ಘೇ	ಘೈ	ಘೊ	ಘೋ	ಘೌ	ಘ್	್ಘ
ṅ	ಙ	ಙೆ	ಙೇ	ಙೈ	ಙೊ	ಙೋ	ಙೌ	ಙ್	್ಙ
c	ಚ	ಚೆ	ಚೇ	ಚೈ	ಚೊ	ಚೋ	ಚೌ	ಚ್	್ಚ
ch	ಛ	ಛೆ	ಛೇ	ಛೈ	ಛೊ	ಛೋ	ಛೌ	ಛ್	್ಛ
j	ಜ	ಜೆ	ಜೇ	ಜೈ	ಜೊ	ಜೋ	ಜೌ	ಜ್	್ಜ
jh	ಝ	ಝೆ	ಝೇ	ಝೈ	ಝೊ	ಝೋ	ಝೌ	ಝ್	್ಝ
ñ	ಞ	ಞೆ	ಞೇ	ಞೈ	ಞೊ	ಞೋ	ಞೌ	ಞ್	್ಞ
ṭ	ಟ	ಟೆ	ಟೇ	ಟೈ	ಟೊ	ಟೋ	ಟೌ	ಟ್	್ಟ
ṭh	ಠ	ಠೆ	ಠೇ	ಠೈ	ಠೊ	ಠೋ	ಠೌ	ಠ್	್ಠ
ḍ	ಡ	ಡೆ	ಡೇ	ಡೈ	ಡೊ	ಡೋ	ಡೌ	ಡ್	್ಡ
ḍh	ಢ	ಢೆ	ಢೇ	ಢೈ	ಢೊ	ಢೋ	ಢೌ	ಢ್	್ಢ
ṇ	ಣ	ಣೆ	ಣೇ	ಣೈ	ಣೊ	ಣೋ	ಣೌ	ಣ್	್ಣ

		e	ē	ai	o	ō	au		
		ಎ	ಏ	ಐ	ಒ	ಓ	ಔ		
t	ತ	ತೆ	ತೇ	ತೈ	ತೊ	ತೋ	ತೌ	ತ್	್ತ
th	ಥ	ಥೆ	ಥೇ	ಥೈ	ಥೊ	ಥೋ	ಥೌ	ಥ್	್ಥ
d	ದ	ದೆ	ದೇ	ದೈ	ದೊ	ದೋ	ದೌ	ದ್	್ದ
dh	ಧ	ಧೆ	ಧೇ	ಧೈ	ಧೊ	ಧೋ	ಧೌ	ಧ್	್ಧ
n	ನ	ನೆ	ನೇ	ನೈ	ನೊ	ನೋ	ನೌ	ನ್	್ನ
p	ಪ	ಪೆ	ಪೇ	ಪೈ	ಪೊ	ಪೋ	ಪೌ	ಪ್	್ಪ
ph	ಫ	ಫೆ	ಫೇ	ಫೈ	ಫೊ	ಫೋ	ಫೌ	ಫ್	್ಫ
b	ಬ	ಬೆ	ಬೇ	ಬೈ	ಬೊ	ಬೋ	ಬೌ	ಬ್	್ಬ
bh	ಭ	ಭೆ	ಭೇ	ಭೈ	ಭೊ	ಭೋ	ಭೌ	ಭ್	್ಭ
m	ಮ	ಮೆ	ಮೇ	ಮೈ	ಮೊ	ಮೋ	ಮೌ	ಮ್	್ಮ
y	ಯ	ಯೆ	ಯೇ	ಯೈ	ಯೊ	ಯೋ	ಯೌ	ಯ್	್ಯ
r	ರ	ರೆ	ರೇ	ರೈ	ರೊ	ರೋ	ರೌ	ರ್	್ರ ರ್
l	ಲ	ಲೆ	ಲೇ	ಲೈ	ಲೊ	ಲೊ	ಲೌ	ಲ್	್ಲ

		e	ē	ai	o	ō	au		
		ಎ	ಏ	ಐ	ಒ	ಓ	ಔ		
v	ವ	ವೆ	ವೇ	ವೈ	ವೊ	ವೋ	ವೌ	ವ್	್ವ
ś	ಶ	ಶೆ	ಶೇ	ಶೈ	ಶೊ	ಶೋ	ಶೌ	ಶ್	್ಶ
ṣ	ಷ	ಷೆ	ಷೇ	ಷೈ	ಷೊ	ಷೋ	ಷೌ	ಷ್	್ಷ
s	ಸ	ಸೆ	ಸೇ	ಸೈ	ಸೊ	ಸೋ	ಸೌ	ಸ್	್ಸ
h	ಹ	ಹೆ	ಹೇ	ಹೈ	ಹೊ	ಹೋ	ಹೌ	ಹ್	್ಹ
ḷ	ಳ	ಳೆ	ಳೇ	ಳೈ	ಳೊ	ಳೋ	ಳೌ	ಳ್	್ಳ

10. 連 声

(1) 先行語末音脱落 (lōpa sandhi)

ಒಂದು ಊರು ಇತ್ತು → ಒಂದೂರು ಇತ್ತು

→ ಒಂದು ಊರಿತ್ತು

→ ಒಂದೂರಿತ್ತು

ಇಲ್ಲಿ ಒಂದು ಆನೆ ಇದೆ → ಇಲ್ಲಿ ಒಂದಾನೆ ಇದೆ

→ ಇಲ್ಲೊಂದಾನೆ ಇದೆ

(2) 加音 (āgama sandhi)

ಇದು ಸರಿ ಓ	→	ಇದು ಸರಿಯೋ?
ನೋ ಉತ್ತದೆ	→	ನೋಯುತ್ತದೆ
ಹುಡುಗಿ ಅರು	→	ಹುಡುಗಿಯರು

(3) 後項初頭音変化 (ādēśa sandhi)

ನೆಲ ಕಡಲೆ	→	ನೆಲಗಡಲೆ
ರಸ ಕಬ್ಬು	→	ರಸಗಬ್ಬು
ಬಲ ಕಾಲ	→	ಬಲಗಾಲ
ಕೆಂಪು ತುಟಿ	→	ಕೆಂಪುದುಟಿ
ಹುಲಿ ತೊಗಲು	→	ಹುಲಿದೊಗಲು
ಹಿಂತಿರುಗು	→	ಹಿಂದಿರುಗು

第２部
文　法

1．代名詞(単数)

೧. ನಾನು ವಿದ್ಯಾರ್ಥಿ.

೨. ನೀನು ನಂಜಪ್ಪ.

೩. ನೀವು ಅಧ್ಯಾಪಕ.

೪. ಇವನು ಭೀಮ.

೫. ಅವರು ರಾಮ.

೬. ಇವಳು ಕಮಲಮ್ಮ.

೭. ಇವರು ಶೀಲಾ.

೮. ಇದು ನೆ.

೯. ಅದು ಕಾಲೇಜು.

೧೦. ಅವನು ಕಾವಲುಗಾರ.

1．私は学生です。
2．あなたはナンジャッパさんです。
3．あなたは先生です。
4．この男性はビーマです。
5．あの方（男性）はラーマさんです。
6．この女性はカマランマさんです。
7．この方（女性）はシーラーさんです。

8．これは象です。
9．あれはカレッジです。
10. あの男性は門衛です。

用法

①コプラ動詞はない。
② a- で始まる代名詞は遠称を表し、i- で始まる代名詞は近称を表す。
③ -ru / -vu で終わる代名詞は、形は複数であるが、単数の尊称を表す。
④他の尊称として、「彼」**ಆತನು** (ātanau) / **ಈತನು** (ītanu) と「彼女」**ಆಕೆ** (āke) / **ಈಕೆ** (īke) がある。

位置

代名詞 ＋ 名詞

2．代名詞(複数)

೧. ನಾವು ಭಾರತೀಯರು.
೨. ನೀವು ಯತಿಗಳು.
೩. ಅವರು ಅರಸುಗಳು.
೪. ಅವರು ಹುಡುಗಿಯರು.
೫. ಅವು (ಅವುಗಳು) ಮರಗಳು.

1．私たちはインド人です。
2．あなたは苦行者です。
3．あの方は王です。
4．彼女たちは少女です。
5．あれらは木々です。

位置

名詞語幹 ＋ 複数表示接辞

変化

①代名詞

		単数	複数
1		ನಾನು (nānu)	ನಾವು (nāvu)
2		ನೀನು (nīnu)	ನೀವು (nīvu)
3	男性	ಅವನು (avanu)	ಅವರು (avaru)
		ಆತನು (ātanu)	ಅವರು (avaru)
	女性	ಅವಳು (avaḷu)	ಅವರು (avaru)
		ಆಕೆ (āke)	ಅವರು (avaru)
	中性	ಅದು (adu)	ಅವು (avu)
			ಅವುಗಳು (avugaḷu)

②名詞

		単数	複数
1類	男性	ಸೇವಕನು (sēvakanu)	ಸೇವಕರು (sēvakaru)
	女性	ಸೇವಕಳು (sēvakaḷu)	ಸೇವಕರು (sēvakaru)
	中性	ಮರವು (maravu)	ಮರಗಳು (maragaḷu)

2類	男性	ಯತಿಯು (yatiyu)	ಯತಿಗಳು (yatigaḷu)
	女性	ಹುಡುಗಿಯು (huḍugiyu)	ಹುಡುಗಿಯರು (huḍugiyaru)
	中性	ಕುರಿಯು (kuriyu)	ಕುರಿಗಳು (kurigaḷu)
3類	男性	ಗುರುವು (guruvu)	ಗುರುಗಳು (gurugaḷu)
	女性	ವಧುವು (vadhuvu)	ವಧುಗಳು (vadhugaḷu)
	中性	ಕರು (karu)	ಕರುಗಳು (karugaḷu)
4類	男性	ಅರಸು (arasu)	ಅರಸುಗಳು (arasugaḷu)
	女性	ಹೆಂಗಸು (heṅgasu)	ಹೆಂಗಸರು (heṅgasaru)
	中性	ಕೂಸು (kūsu)	ಕೂಸುಗಳು (kūsugaḷu)

用法

名詞の複数を示す。

3．所属人称接辞

೧. ನನ್ನ ಹೆಸರು ಸುಮಾ.

೨. ಇದು ನಿಮ್ಮ ರೂಮು.

೩. ಇವರು ನಮ್ಮ ಅಣ್ಣ.

೪. ಅವಳ ತಂದೆ ಅಧ್ಯಾಪಕ.

೫. ಇದು ನನ್ನ ಸ್ನೇಹಿತ ಅಶೋಕ ಅವರ ಪುಸ್ತಕ.

೬. ರವಿ ನನ್ನ ಸ್ನೇಹಿತ.

೭. ಅದರ ಹೆಸರು ಏನು?

೮.　ವಿಮಲೆ ಕುಮಾರನ ಹೆಂಡತಿ.

೯.　ನಿನ್ನ ಗುರುವಿನ ಹೆಸರು ಏನು?

೧೦. ಶೀತೆಯ ಪತಿ ರಾಮ.

1．私の名前はスマーです。
2．これがあなたの部屋です。
3．こちらは私たちの兄です。
4．彼女の父親は教師です。
5．これは私の友人であるアショーカさんの本です。
6．ラヴィは私の友人です。
7．それの名前は何ですか。
8．ヴィマレはクマーラの妻です。
9．あなたの先生のお名前は何ですか。
10．シーテの夫はラーマです。

用法

所属・所有を表す。

表示接辞

-a

位置

| 名詞（斜格） | ＋ | 属格表示接辞 |

変化

①代名詞

主格	斜格	属格
ನಾನು (nānu)	ನನ್ (nan-)	ನನ್ನ (nanna)
ನಾವು (nāvu)	ನಮ್ (nam-)	ನಮ್ಮ (namma)
ನೀನು (nīnu)	ನಿನ್ (nin-)	ನಿನ್ನ (ninna)
ನೀವು (nīvu)	ನಿಮ್ (nim-)	ನಿಮ್ಮ (nimma)
ಅವನು (avanu)	ಅವನ್ (avan-)	ಅವನ (avana)
ಅವಳು (avaḷu)	ಅವಳ್ (avaḷ-)	ಅವಳ (avaḷa)
ಅವರು (avaru)	ಅವರ್ (avar-)	ಅವರ (avara)
ಅದು (adu)	ಅದರ್ (adar-)	ಅದರ (adara)
ಅವು (avu)	ಅವುಗಳ್ (avugaḷ-)	ಅವುಗಳ (avugaḷa)

②名詞

１類	男性	ಸೇವಕನು (sēvakanu)	ಸೇವಕನ (sēvakana)
	女性	ಸೇವಕಳು (sēvakaḷu)	ಸೆವಕಳ (sēvakaḷa)
	中性	ಮರ (mara)	ಮರದ (marada)
２類	男性	ಪತಿ (pati)	ಪತಿಯ (patiya)
	女性	ಹುಡುಗಿ (huḍugi)	ಹುಡುಗಿಯ (huḍugiya)
	中性	ಕುರಿ (kuri)	ಕುರಿಯ (kuriya)
３類	男性	ಗುರು (guru)	ಗುರುವಿನ (guruvina)
	女性	ವಧು (vadhu)	ವಧುವಿನ (vadhuvina)
	中性	ಕರು (karu)	ಕರುವಿನ (karuvina)
４類	男性	ಅರಸು (arasu)	ಅರಸನ (arasana)
	女性	ಹೆಂಗಸು (heṅgasu)	ಹೆಂಗಸಿನ (heṅgasina)
	中性	ಹಣ್ಣು (haṇṇu)	ಹಣ್ಣಿನ (haṇṇina)

４．名詞句否定辞

೧. ಇವನು ನಮ್ಮ ತಮ್ಮ ಅಲ್ಲ.
೨. ಅದು ನನ್ನ ಕೋಶ ಅಲ್ಲ.
೩. ಇದು ಕನ್ನಡ ಕಾದಂಬರಿ ಅಲ್ಲ, ತಮಿಳು ಕಾದಂಬರಿ.
೪. ಅದು ಲಿಂಗಯ್ಯ ಅವರ ಮನೆ ಅಲ್ಲ.
೫. ಅನಂತಮೂರ್ತಿ ದಡ್ಡನಲ್ಲ.

1．彼は私たちの弟ではありません。
2．それは私の辞書ではありません。
3．これはカンナダ語の小説ではありません。タミル語のです。
4．あれはリンガイヤさんの家ではありません。
5．アナンタムールティさんは愚か者ではありません。

用法

名詞句の否定を表す。

表示接辞

alla

位置

名 詞 ＋ alla

5．疑問代名詞

೧. ತಾವು ಯಾರು?

೨. ಇವರು ಯಾರು?

೩. ಅವನು ಯಾರು?

೪. ಇದು ಏನು?

೫. ನಿಮ್ಮ ಹೆಸರು ಏನು?

೬. ನಿಮ್ಮ ಕೋಶ ಯಾವುದು?

೭. ಅವರ ಲುಂಗಿ ಯಾವುದು?

೮. ಇದು ಯಾರ ಕವನ?

೯. ಅದು ಯಾರ ಸೀರೆ?

೧೦. ಇವಳು ಯಾರ ಮಗಳು?

1．あなたはどちら様ですか。

2．この方はどなたですか。

3．彼は誰ですか。

4．これは何ですか。

5．あなたのお名前は何ですか。

6．あなたの辞書はどれですか。

7．彼のルンギーはどれですか。

8．これは誰の詩ですか。
9．それは誰のサリーですか。
10．彼女は誰の娘ですか。

用法

①**ಯಾರು** (yāru) は「誰」を表す。性数の区別はない。属格は **ಯಾರದು** (yāradu) の性の区別をする **ಯಾನು** (yānu) 及び **ಯಾಳು** (yāḷu) は殆ど用いられない。

②**ಏನು** (ēnu) は「何」を表す。数の区別はない。

③**ಯಾವುದು** (yāvudu) は「どれ」を表す。数の区別はない。

位置

名詞 ＋ ēnu / yāru / yāvudu

6．「はい・いいえ」の疑問

೧. ನಿಮ್ಮ ಮಾತೃಭಾಷೆ ತಮಿಳಾ?

ಅಲ್ಲ, ನನ್ನ ಮಾತೃಭಾಷೆ ತಮಿಳು ಅಲ್ಲ, ಕನ್ನಡ.

೨. ಇದು ಕನ್ನಡ ಕಾದಂಬರೀನಾ?

ಹೌದು, ಇದು ಕನ್ನಡ ಕಾದಂಬರಿ.

೩. ಇದು ಕನ್ನಡ ಪುಸ್ತಕಾನಾ?

೪. ಅವಳು ನಿಮ್ಮ ತಂಗೀಯಾ?

೫. ಅವರು ಮಲಯಾಳಂ ವಿದ್ಯಾರ್ಥಿನಾ?

೬. ಇದು ತಮಿಳಾ, ಮಲಯಾಳಮಾ, ಕನ್ನಡಾನಾ?

೭. ನೀವು ನಮ್ಮ ಡೈರೆಕ್ಟರ್ ಅಲ್ವಾ?

1. あなたの母語はタミル語ですか。
   いいえ、私の母語はタミル語ではありません、カンナダ語です。
2. これはカンナダ語の小説ですか。
   はい、これはカンナダ語の小説です。
3. これはカンナダ語の本ですか。
4. 彼女はあなたの妹ですか。
5. 彼はマラヤーラム語の学生ですか。
6. これはタミル語ですか、マラヤーラム語ですか、カンナダ語ですか。
7. あなたは私たちの（ところの）所長でいらっしゃいませんか。

用法

名詞句に関する疑問を表す。

表示接辞

-ā

位置

名詞 + ā

変化

ಮಲಯಾಳಂ (malayāḷam) → ಮಲಯಾಳಮಾ (malayāḷamā)
ಪುಸ್ತಕ (pustaka) → ಪುಸ್ತಕಾನಾ (pustakānā)
ಕಾಯಿ (kāyi) → ಕಾಯೀನಾ (kāyīnā)
ಮಗಳು (magaḷu) → ಮಗಳಾ (magaḷā)
ಮನೆ (mane) → ಮನೇನಾ (manēnā)
ಮಗು (magu) → ಮಗೂನಾ (magūnā)

7．所属表示（代）名詞

೧. ಈ ಪುಸ್ತಕ ನನ್ನದು.

೨. ಆ ಹುಡುಗಿ ನನ್ನವಳು.

೩. ಈ ಮೇಜು ಅವನದು.

೪. ಆ ಕಥೆ ಪುಸ್ತಕ ರಾಮನದು.

೫. ಈ ಸೀರೆ ಸೀತೆಯದು.

೬. ನಿಮ್ಮದು ಯಾವ ರಾಜ್ಯ?

೭. ನನ್ನದು ಆಂಧ್ರ.

1．この本は私のです。
2．あの少女はうちのです。
3．この机は彼のです。
4．あの物語の本はラーマのです。

5．このサリーはシーテ（シーター）のです。
6．あなたの（地方）はどの地方ですか。
7．うちの（地方は）アーンドラです。

用法

名詞・代名詞の所属・所有を表す名詞句である。

位置

[所有者名詞の斜格] ＋ [所有対象の人称表示接辞]

変化

①所有者の変化例（所有対象は３人称単数中性名詞）

ನಾನು (nānu)	ನನ್ನದು (nannadu)
ನಾವು (nāvu)	ನಮ್ಮದು (nammadu)
ನೀನು (nīnu)	ನಿನ್ನದು (ninnadu)
ನೀವು (nīvu)	ನಿಮ್ಮದು (nimmadu)
ಅವನು (avanu)	ಅವನದು (avanadu)
ಅವಳು (avaḷu)	ಅವಳದು (avaḷadu)
ರಾಮ (rāma)	ರಾಮನದು (rāmanadu)
ಸೀತೆ (sīte)	ಸೀತೆಯದು (sīteyadu)

②所有対象の変化例（所有対象は１人称名詞）

ನನ್ನವನು (nannavanu)	ನನ್ನವರು (nannavaru)
ನನ್ನವಳು (nannavaḷu)	ನನ್ನವರು (nannavaru)
ನನ್ನದು (nannadu)	ನನ್ನವು (nannavu)

8. 名詞句限定形容詞(本来の形容詞)

೧. ಇದು ತುಂಬಾ ದೊಡ್ಡ ಮನೆ.

೨. ಇದು ಚಿಕ್ಕ ಪುಸ್ತಕ.

೩. ಅವನು ಬಹಳ ಕೆಟ್ಟ ಮನುಷ.

೪. ಇದು ಹಳೆ ಕನ್ನಡಾನಾ?

೫. ಇದು ಹೊಸ ಕನ್ನಡ.

೬. ಸುಮಲತಾ ಸಣ್ಣ ಕೂಸು.

೭. ಇದು ಒಳ್ಳೆಯ ಮಾತು.

1. これはとても大きい家です。
2. これは小さい本です。
3. 彼はとても悪い人です。
4. これは古いカンナダ語ですか。
5. これは新しいカンナダ語です。
6. スマラターは小さい子供です。
7. これはよい言葉です。

用法

名詞句の属性を表す。

位置

副詞 + 形容詞 + 名詞句

他の形容詞

ಹಿರಿಯ (hiriya)（年上の）
ತೆಳ್ಳನೆಯ (teḷḷaneya)（薄い）
ಕೊನೆಯ (koneya)（最後の）
ಕರಿಯ (kariya)（黒い）
ಕೆಂಪನೆಯ (kempaneya)（赤い）
ಎಳೆಯ (eḷeya)（若い）
ಪುಟ್ಟ (puṭṭa)（小さい）
ಕಿರಿಯ (kiriya)（若い）
ದಪ್ಪನೆಯ (dappaneya)（厚い）
ಬಿಳಿಯ (biḷiya)（白い）
ಮೆತ್ತನೆಯ (mettaneya)（柔らかい）
ಬಡ (baḍa)（貧しい）
ನೆರೆ (nere)（近くの）
ಬಿಸಿಯ (bisiya)（熱い）

9．指示形容詞

೧． ಈ ಮನೆ ಅವನದು.

೨． ಆ ಹುಡುಗಿ ನನ್ನ ತಂಗಿ.

೩． ಈ ಕಡೆ ಹೋಗಿ.

೪． ಆ ಕುದುರೆ ಯಾರದು?

೫． ಯಾವ ಸಂದರ್ಭ?

೬． ನಿಮ್ಮದು ಯಾವ ರಾಜ್ಯ?

೭． ಎಂಥ ಸಿನಿಮಾ ಇಷ್ಟ?

೯. ಇದು ಯಾವ ತಿಂಗಳು?

1. この家は彼のです。
2. あの少女は私の妹です。
3. この方向にいらしてください。
4. あの馬は誰のですか。
5. どんな機会ですか。
6. あなたの（地方）はどの地方ですか。
7. どんな映画が好きですか。
8. 今は何月ですか。

用法

名詞句を限定、指示する。

位置

指示形容詞	+	名詞句

10. 名詞句限定形容詞（派生形容詞-1）

೧. ಸುಂದರವಾದ ಹುಡುಗಿ.

೨. ಕೆಂಪಾದ ಹೂವುಗಳು.

೩. ಅಗಲವಾದ ನದಿ.

೪. ಉದ್ದವಾದ ಕೋಲು.

೫. ಜಾಣೆಯಾನಾದ ಹುಡುಗ.

೬. ವೀರನಾದ ಅರಸನು.

೭. ಸುಳ್ಳಾದ ಮಾತು.

೮. ಇಂಪಾದ ಹಾಡು.

೯. ನೇರವಾದ ದಾರಿ.

೧೦. ಬೇಕಾದ ಕಾಗದ.

೧೧. ಬೇಡವಾದ ನೋಟ್ಸ್.

1. 美しい少女
2. 赤い花々
3. 幅の広い川
4. 長い棒
5. 聡明な少年
6. 勇敢な王
7. 偽りの言葉
8. 甘美な歌
9. まっすぐな道
10. 必要のない手紙
11. 必要な覚書

用法

名詞句の属性を表す。

位置

名 詞・非 人 称 動 詞 ＋ 形 容 詞 派 生 接 辞

11. 名詞句限定形容詞（派生形容詞-2）

೧. ಬರುವ ವಾರ.

೨. ಹೋದ ವರುಷ.

೩. ಕಲ್ಲಿರುವ ಭೂಮಿ.

೪. ದಿಕ್ಕಿಲ್ಲದ ಮನುಷ.

೫. ಮೋಸಮಾಡುವ ಮಾತು.

1．来る月（＝来月）
2．行った年（＝昨年）
3．石の多い土地
4．庇護のない人
5．偽りの言葉

用法

名詞句の属性を表す。

位置

関 係 節 表 示 接 辞 ＋ 名 詞

12. 述部形容詞（名詞化形容詞）

೧. ಅವನು ಬಿಳಿಯವನು.

೨. ಹರೀಶ ದೊಡ್ಡವರು.

೩. ನನ್ನ ಮನೆ ಹಳೆಯದು.

೪. ಅಮ್ಮನ ಸೀರೆ ಕೆಂಪದು.

೫. ಆಪುಸ್ತಕ ಒಳ್ಳೆಯದು.

1．彼は（肌が）白い人です。
2．ハリーシャは大きい人です。
3．私の家は古いです。
4．母のサリーは赤いです。
5．あの本はいいです。

用法

形容詞によって示された属性を３人称相当名詞句が持っていることを表す。

位置

形容詞語幹 ＋ 人称表示接辞

変化

	単数	複数
男性	ಒಳ್ಳೆಯವನು oḷḷeyavanu	ಒಳ್ಳೆಯವರು oḷḷeyavaru
女性	ಒಳ್ಳೆಯವಳು oḷḷeyavaḷu	ಒಳ್ಳೆಯವರು oḷḷeyavaru
中性	ಒಳ್ಳೆಯದು oḷḷeyadu	ಒಳ್ಳೆಯವು oḷḷeyavu

13. 形容詞の比較

೧. ಕುದುರೆ ನಾಯಿಗಿಂತ ದೊಡ್ಡದಾಗಿದೆ.

೨. ನೀನು ನನಗಿಂತ ಚಿಕ್ಕವನಾಗಿದ್ದೆ.

೩. ನಿನ್ನ ಚರ್ಮ ಆಮೆಯ ಚಿಪ್ಪಿಗಿಂತ ದಪ್ಪ.

೪. ನೀನು ಎಲ್ಲರಿಗಿಂತ ಗರ್ವಷ್ಠನು.

೫. ಇದು ಎಲ್ಲಕಾರಿಗಿಂತ ಹೊಸದು.

1. 馬は犬より大きいです。
2. あなたは私より小さいです。
3. あなたの皮膚は亀の甲羅より厚い。
4. あなたは誰よりも傲慢だ。
5. これはどれよりも新しい。

用法

形容詞の比較を表す。

位置

[対象名詞の為格] ＋ -inta ＋ [形容詞]

14. 対格

೧. ಶತ್ರು ದೊರೆಯ ಸೈನ್ಯವನ್ನು ಹಾಕುಮಾಡಿದನು.

೨. ನಿನ್ನಕ್ಕನನ್ನು ಕರೆ.

೩. ನಾಗೆಂದ್ರ ವಿಶಾಲಕ್ಷಿಯನ್ನು ಮದುವೆಯಾದನು.

೪. ಅವರು ನಿಮ್ಮನ್ನು ಅಧ್ಯಕ್ಷನನ್ನಾಗಿ ಚುನಾಯಿಸಿದರು.

೫. ಊರನ್ನು ಸೇರಿದನು.

೬. ಅವನನ್ನು ಬರ ಹೇಳು.

1. 敵は王の軍隊を打ち破った。
2. あなたのお姉さんを呼びなさい。
3. ナーゲンドラはヴィシャラクシと結婚した。
4. 彼らはあなたを委員長に選出した。
5. （彼は）村に到着した。
6. 彼に来るように言いなさい。

用法

①動作の対象を表す。

②動作の対象の補語を表す。

③使役命令文の対象を表す。

位置

| 名詞語幹 | + | 対格表示接辞 |

表示接辞

-annu

変化

ಸೇವಕ (sēvaka)	ಸೇವಕನನ್ನು (sēvakanannu)
ಮರ (mara)	ಮರದನ್ನು (maradannu)
ಹುಡುಗಿಯು (huḍugi)	ಹುಡುಗಿಯನ್ನು (huḍugiyannu)
ಮನೆಗಳು (manegaḷu)	ಮನೆಗಳನ್ನು (manegaḷannu)
ಅರಸು (arasu)	ಅರಸನನ್ನು (arasanannu)
ನಾನು (nānu)	ನನ್ನನ್ನು (nannannu)
ನೀವು (nīvu)	ನಿಮ್ಮ (nimmannu)
ಅವನ (avanu)	ಅವನನ್ನು (avanannu)
ಅದು (adu)	ಅದನ್ನು (adaannu)

15. 属格

೧. ಕರಿ ಸೀರೆಯ ಹೆಂಗಸು ಬಂದಳು.

೨. ಆರಡಿ ಎತ್ತರದ ಮನುಷ ಹೋಗುತ್ತಾನೆ.

೩. ಮರದ ಕೊಂಬೆಯಲ್ಲಿ ಪಕ್ಷಿ ಇದೆ.

೪. ನನ್ನ ಹತ್ತಿರ ದುಡ್ಡಿಲ್ಲ.

೫. ದೊರೆಯ ಹತ್ತಿರ ಹೋದರು.

1．黒いサリーの女性がやってきた。
2．６フィートの男性は行く。
3．木の枝に鳥がいる。
4．私のところにはお金がない。
5．（彼ら、彼女たちは）王のところに行った。

用法

①所有を表す。
②後置詞を支配する。
③属性を示す。

位置

名詞語幹	＋	対格表示接辞

表示接辞

-a

変化

ಸೇವಕ (sēvaka)	ಸೇವಕನ (sēvakana)
ಮರವು (mara)	ಮರದ (marada)
ಹುಡುಗಿ (huḍugi)	ಹುಡುಗಿಯ (huḍugiya)
ಮನೆಗಳು (manegaḷu)	ಮನೆಗಳ (manegaḷa)
ಅರಸು (arasu)	ಅರಸಿನ (arasina)
ನಾನು (nānu)	ನನ್ನ (nanna)
ನೀವು (nīvu)	ನಿಮ್ಮ (nimma)
ಅವನು (avanu)	ಅವನನ್ನು (avana)
ಅದು (adu)	ಅದರ (adara)

16. 為格

೧. ತರಕಾರಿ ಮಾರ್ಕೆಟ್ಟಿಗೆ ಹೋಗೋಣ.

೨. ಸುಮಾನ ಮಗಳಿಗೆ ನಾಮಕರಣ ಯಾವಾಗ?

೩. ಅನಂತ ಪ್ರಕಾಶ ನನಗೆ ಗೊತ್ತು.

೪. ಬೆಂಡೆಕಾಯಿ ಒಂದಕ್ಕೆ ೮೦ ಪೈಸೆ.

೫. ನನಗೆ ನಿಂಬೆಹಣ್ಣು ಕೊಡು.

೬. ಈ ಕೆಲಸಕ್ಕೆ ಬನ್ನಿ.

೭. ನಿಮಗೆ ಅವನು ದೊಡ್ಡಪ್ಪಾ?

೮. ಸಾಯಂಕಾಲಕ್ಕೆ ಬಾ.

೯. ಎಷ್ಟುಗಂಟೆಗೆ ಬರ ಬೇಕು?

೧೦. ಅದಕ್ಕಿಂತ ಇದು ಚಿಕ್ಕದು.

೧೧. ನನಗೆ ಹತ್ತು ವರ್ಷ.

೧೨. ನನಗೆ ರೂಮು ತೋರಿಸಿ.

೧೩. ಬೆಂಗಳೂರು ಮೈಸೂರಿಗೆ ಯಾವ ದಿಕ್ಕಿನಲ್ಲಿದೆ?

೧೪. ನಂಜಂಡೇಶ್ವರನ ದೇವಸ್ಥಾನ ಶೈವಭಕ್ತರಿಗೆ ಪುಣ್ಯಸ್ಥಳ.

೧೫. ವಾಜಪಾಯಿಯವರು ಪ್ರಧಾನಿಯರಿಗೆ ಆಯ್ಕೆಯಾದರು.

೧೬. ಬೆಂಗಳೂರಿಗೂ ಮಂಗಳೂರಿಗೂ ಎಷ್ಟು ದೂರ?

೧೭. ಅವರಿಗೆ ಬಹಳ ಕೋಪ ಉಂಟು.

1．野菜市場へ行きましょう。

2．スマーの娘の命名式はいつですか。

3．私はアナンタプラカーシュを知っています。

4．オクラはひとつ80パイサーです。

5．私にレモンをください。

6．この仕事のために来てください。

7．彼はあなたのおじさんですか。

8．夕方来てください。

9．何時に来なければなりませんか。
10. それよりこれは小さい。
11. 私は 10 歳です。
12. 私に部屋を見せてください。
13. バンガロールはマイソールのどの方向にありますか。
14. ナンジャンデーシュワラ寺院はシバ派信者の聖地です。
15. パジュパーイ氏が首相に選ばれた。
16. バンガロールとマイソールはどれくらい離れていますか。
17. 彼は激怒している。

用法

①動作の到達点を表す。
②間接目的語を表す。
③所有を表す。
④非人称動詞の意味上の主語を表す。
⑤相対的な位置を表す。
⑥比較の基準を表す。
⑦目的を表す。
⑧時間を表す。
⑨親族関係を表す。
⑩対価を表す。
⑪後置詞を支配する。
⑫主語の補語を表す。

位置

① 名詞語幹 + 為格表示接辞 + (-āgi) ／ (-inta)

② 不定詞 + 為格表示接辞

表示接辞

-age / -ige / -ge / -kke

変化

① -age

１人称、２人称代名詞

ನನಗೆ (nanage)　　ನಮಗೆ (namage)

ನಿನಗೆ (ninage)　　ನಮಗೆ (nimage)

② -ge

(1) -i / -e で終わる男性名詞

ಯತಿ (yati)　　ಯತಿಗೆ (yatige)

ದೊರೆ (dore)　　ದೊರೆಗೆ (dorege)

(2) -i / -ī / -e で終わる女性名詞

ತಾಯಿ (tāyi)　　ತಾಯಿಗೆ (tāyige)

ಸ್ತ್ರೀ (strī)　　ಸ್ತ್ರೀಗೆ (strīge)

(3) -i / -ī / -e / -ai / -y で終わる中性名詞

ಮನೆ (mane)　　ಮನೆಗೆ (manege)

ನಾಯಿ (nāyi)　　ನಾಯಿಗೆ (nāyge)

③ -ige

(1) -a で終わる男性・女性名詞

ರಾಮ (rāma)　　ರಾಮನಿಗೆ (rāmanige)

ಅಕ್ಕ (akka)　ಅಕ್ಕಳಿಗೆ (akkaḷige)

(2) -u で終わる全ての名詞

ಗುರು (guru)　ಗುರುವಿಗೆ (guruvige)
ಹೆಂಗಸು (heṅgasu)　ಹೆಂಗಸಿಗೆ (heṅgasige)
ಮನಸ್ಸು (manassu)　ಮನಸ್ಸಿಗೆ (manassige)

④ -akke

(1) -a で終わる中性名詞

ಮರ (mara)　ಮರಕ್ಕೆ (marakke)

(2) 数詞および中性代名詞

ನಾಲು (nālu)　ನಾಲಕ್ಕೆ (nālakke)
ಅವು (avu)　ಅವಕೆ (avaakke)

17. 起点格

೧. ಗಿಡಕ್ಕೆ ಕೈಗಳಿಂದ ನೀರು ಹಾಕು.

೨. ಮೈಸೂರಿನಿಂದ ಬೆಂಗಳೂರಿಗೆ ಬಸ್ಸಿನಲ್ಲಿ ಹೋಗೋಣ.

೩. ದೇವರಿಂದ ಈ ಲೋಕ ಸೃಷ್ಟಿಸಲ್ಪಟ್ಟಿತು.

೪. ನನ್ನಿಂದ ಆಗುತ್ತದೆ.

೫. ಇದು ಮಣ್ಣಿಂದ ಕಟ್ಟಿದ ಮನೆ.

೬. ಅವನಿಂದ ಹೋಗಿಸು.

೭. ಭಕ್ತಿಯಿಂದ ಮುಕ್ತಿ ಎಂದರೆ ಏನು?

೮.　ಒಂದು ವಾರದಿಂದ ಇಲ್ಲಿ ಇದ್ದೇವೆ.

1．植木に手で水を遣りなさい。
2．マイソールからバンガロールまでバスで行きましょう。
3．神によってこの世界が造られた。
4．私は（それが）できる。
5．これは土で作られた家です。
6．彼に行かせよう。
7．帰依によって解脱が（得られるというのは）どういうことか。
8．１週間、ここにいます。

用法

①動作の起点を表す。
②受動構文の動作主を表す。
③-āgu 構文の動作主を表す。
④動作の道具・手段を表す。
⑤使役構文の被使役者を表す。
⑥物体の原材料を表す。
⑦比較の基準を表す。
⑧時間の幅を表す。

位置

名詞語幹	+	起点格表示接辞

表示接辞

-inda

変化

ಸೇವಕ (sēvaka)	ಸೇವಕನಿಂದ (sēvakaninda)
ಮರ (mara)	ಮರದಿಂದ (maradinda)
ಹುಡುಗಿ (huḍugi)	ಹುಡುಗಿಯಿಂದ (huḍugiyinda)
ಮನೆಗಳು (manegaḷu)	ಮನೆಗಳಿಂದ (manegaḷinda)
ಅರಸು (arasu)	ಅರಸಿನಿಂದ (arasininda)
ನೀನು (nānu)	ನನ್ನಿಂದ (nanninda)
ನೀವ (nīvu)	ನಿಮ್ಮಿಂದ (nimminda)
ಅವನು (avanu)	ಅವನಿಂದ (avaninda)
ಅದು (adu)	ಅದರಿಂದ (adarinda)

18. 処格

೧. ಬೆಂಗಳೂರಿನಲ್ಲಿ ಮನೆಗಳ ಬೆಲೆ ತುಂಬಾ ಜಾಸ್ತಿ.

೨. ಎಲ್ಲರಲ್ಲಿ ಅವನು ಶ್ರೇಷ್ಟನು ಅಂತೆ.

೩. ನನ್ನಲ್ಲಿ ಹಣ ಇನ್ನೂ ಇಲ್ಲ.

೪. ನಿಮ್ಮಲ್ಲಿ ಉಂಟೋ?

೫. ಪೆಟ್ಟಿಯಲ್ಲಿ ಸಿಕ್ಕಿತು.

೬. ಕೋಲಿನಲ್ಲಿ ಹೊಡೆದನು.

೭. ಜೋಶಿಯವರು ಎರಡು ಗಂಟೆಯಲ್ಲಿ ಊರು ತಲುಪುತ್ತಾರೆ.

೮. ಅಮಿತ ಕಳೆದ ಆರು ಗಂಟೆಯಲ್ಲಿ ಐವತ್ತು ಬಿಸ್ಕತ್ತು ತಿಂದಿದ್ದಾಳೆ.

೯. ನನ್ನ ಮನೆ ಸರಸ್ವತಿಪುರಂನಲ್ಲಿ ಇದೆ.

೧೦. ಈ ಪಾಠಶಾಲೆಯಲ್ಲಿ ನಾವು ಮಕ್ಕಳಿಗೆ ವ್ಯಾಕರಣವನ್ನೂ ಅಂಗಸಾಧನೆಯನ್ನೂ ಕಲಿಸುತ್ತೇವೆ.

೧೧. ಮಹಾರಾಜರ ಆಶ್ರಯದಲ್ಲಿ ಸಂಗೀತಕ್ಕೆ ಬಹಳ ಉತ್ತೇಜನ ದೊರೆಯಿತು.

೧೨. ಬರುವುದರಲ್ಲಿ ನನಗೆ ಸಿಕ್ಕಿದನು.

೧೩. ಕಾಲಿನಲ್ಲಿ ನಡೆಯುತ್ತೇವೆ.

೧೪. ಇವರು ಯುದ್ಧದಲ್ಲಿ ಸಮರ್ಥರು, ಕೀರ್ತಿಯಲ್ಲಿ ಅವರಿಗೆ ಸಮಾನರೇ ಇಲ್ಲ.

೧೫. ಅವರಲ್ಲಿಂದ ಹೊರಟು ಬಂದನು.

1. バンガロールは家賃がとても高い。
2. みんなの中で彼が最も優秀だそうだ。
3. 私はまだお金がない。
4. あなたにはありますか。
5. 箱にあります。
6. （彼は）棒でたたいた。
7. ジョーシさんは2時に村に到着します。

8．アミタは、この6時間に50のビスケットを食べた。
9．私の家はサラスワティプラムにあります。
10. この学校で私たちは子供たちに文法と体育を教えています。
11. 王の庇護のもと音楽は大変奨励された。
12. 来る途中で（彼に）会った。
13. （私たちは）足で歩きます。
14. 彼は戦いにおいて有能であり、名声において並ぶものはいない。
15. 彼らのところから（彼は）出発した。

用法

①動作の行われる場所を表す。
②時間を表す。
③所有を表す。
④動作の道具を表す。
⑤比較最上級の対象を表す。

位置

| 名詞語幹 | + | 処格表示接辞 |

表示接辞

-alli

変化

ಸೇವಕ (sēvaka)　　ಸೇವಕನಲ್ಲಿ (sēvakanalli)
ಮರ (mara)　　ಮರದಲ್ಲಿ (maradalli)

ಹುಡುಗಿ (huḍugi)	ಹುಡುಗಿಯಲ್ಲಿ (huḍugiyalli)
ಮನೆಗಳು (manegaḷu)	ಮನೆಗಳಲ್ಲಿ (manegaḷalli)
ಅರಸು (arasu)	ಅರಸಿನಲ್ಲಿ (arasinalli)
ನೀನು (nānu)	ನನ್ನಲ್ಲಿ (nannalli)
ನೀವು (nīvu)	ನಿಮ್ಮಲ್ಲಿ (nimmalli)
ಅವನು (avanu)	ಅವನಲ್ಲಿ (anvanalli)
ಅದು (adu)	ಅದರಲ್ಲಿ (adaralli)

19. 名詞の変化(まとめ)

単数

	1類・男性	1類・女性	1類・中性
主格	ಸೇವಕನು sēvakanu	ಸೇವಕಳು sēvakaḷu	ಮರ mara
斜格	sēvakan-	sēvakaḷ-	marad-
対格	ಸೇವಕನನ್ನು sēvakanannu	ಸೇವಕಳನ್ನು sēvakaḷannu	ಮರವನ್ನು maravannu
為格	ಸೇವಕನಿಗೆ sēvakanige	ಸೇವಕಳಿಗೆ sēvakaḷige	ಮರಕ್ಕೆ marakke
属格	ಸೇವಕನ sēvakana	ಸೇವಕಳ sēvakaḷa	ಮರದ marada
所格	ಸೇವಕನಲ್ಲಿ sēvakanalli	ಸೇವಕಳಲ್ಲಿ sēvakaḷalli	ಮರದಲ್ಲಿ maradalli

起格	ಸೇವಕ್ನನಿಂದ	ಸೇವಕಳಿಂದ	ಮರದಿಂದ
	sēvakaninda	sēvakaḷinda	maradina

複数

	1類・男性	1類・女性	1類・中性
主格	ಸೇವಕರು	ಸೇವಕರು	ಮರಗಳು
	sēvakaru	sēvakaru	maragaḷu
対格	ಸೇವಕರನ್ನು	ಸೇವಕಳರನ್ನು	ಮರಗಳನ್ನು
	sēvakarannu	sēvakarannu	maragaḷannu
為格	ಸೇವಕರಿಗೆ	ಸೇವಕರಿಗೆ	ಮರಗಳಿಗೆ
	sēvakarige	sēvakarige	maragaḷige
属格	ಸೇವಕರ	ಸೇವಕರ	ಮರಗಳ
	sēvakara	sēvakara	maragaḷa
所格	ಸೇವಕರಲ್ಲಿ	ಸೇವಕರಲ್ಲಿ	ಮರಗಳಲ್ಲಿ
	sēvakaralli	sēvakaralli	maragaḷalli
起格	ಸೇವಕರಿಂದ	ಸೇವಕರಿಂದ	ಮರಗಳಿಂದ
	sēvakarinda	sēvakarinda	maragaḷinda

単数

	2類・男性	2類・女性	2類・中性
主格	ಯತಿ	ಹುಡುಗ	ಮನೆ
	yati	huḍugi	mane
斜格	yatiy-	huḍigiy-	maney-

対格	ಯತಿಯನ್ನು	ಹುಡುಗಿಯನ್ನು	ಮನೆಯನ್ನು
	yatiyannu	huḍugiyannu	maneyannu
為格	ಯತಿಗೆ	ಹುಡುಗಿಗೆ	ಮನೆಗೆ
	yatige	huḍugige	manege
属格	ಯತಿಯ	ಹುಡುಗಿಯ	ಮನೆಯ
	yatiya	huḍugiya	maneya
所格	ಯತಿಯಲ್ಲಿ	ಹುಡುಗಿಯಲ್ಲಿ	ಮನೆಯಲ್ಲಿ
	yatiyalli	huḍugiyalli	maneyalli
起格	ಯತಿಂದ	ಹುಡುಗಿಂದ	ಮನೆಯಿಂದ
	yatiyinda	huḍugiyinda	maneyinda

複数

	２類・男性	２類・女性	２類・中性
主格	ಯತಿಗಳು	ಹುಡುಗಿಯರು	ಮನೆಗಳು
	yatigaḷu	huḍugiyaru	manegaḷu
対格	ಯತಿಗಳನ್ನು	ಹುಡುಗಿಯರನ್ನು	ಮನೆಗಳನ್ನು
	yatigaḷannu	huḍugiyarannu	manegaḷannu
為格	ಯತಿಗಳಿಗೆ	ಹುಡುಗಿಯರಿಗೆ	ಮನೆಗಳಿಗೆ
	yatigaḷige	huḍugiyarige	manegaḷige
属格	ಯತಿಗಳ	ಹುಡುಗಿಯರ	ಮನೆಗಳ
	yatigaḷa	huḍugiyara	manegaḷa
所格	ಯತಿಗಳಲ್ಲಿ	ಹುಡುಗಿಯರಲ್ಲಿ	ಮನೆಗಳಲ್ಲಿ
	yatigaḷalli	huḍugiyaralli	manegaḷalli
起格	ಯತಿಗಳಿಂದ	ಹುಡುಗಿಯರಿಂದ	ಮನೆಗಳಿಂದ
	yatigaḷinda	huḍugiyarinda	manegaḷinda

単数

	３類・男性	３類・女性	３類・中性
主格	ಗುರು guru	ವಧು vadhu	ಕರು karu
斜格	guruv-	vadhuv-	karuv-
対格	ಗುರುವನ್ನು guruvannu	ವಧುವನ್ನು vadhuvannu	ಕರುವನ್ನು karuvannu
為格	ಗುರುವಿಗೆ guruvige	ವಧುವಿಗೆ vadhuvige	ಕರುವಿಗೆ karuvige
属格	ಗುರುವಿನ guruvina	ವಧುವಿನ vadhuvina	ಕರುವಿನ karuvina
所格	ಗುರುವಿನಲ್ಲಿ guruvinalli	ವಧುವಿನಲ್ಲಿ vadhuvinalli	ಕರುವಿನಲ್ಲಿ karuvinalli
起格	ಗುರುವಿನಿಂದ guruvininda	ವಧುವಿನಿಂದ vadhuvininda	ಕರುವಿನಿಂದ karuvininda

複数

	３類・男性	３類・女性	３類・中性
主格	ಗುರುಗಳು gurugaḷu	ವಧುಗಳು vadhugaḷu	ಕರುಗಳು karugaḷu
対格	ಗುರುಗಳನ್ನು gurugaḷannu	ವಧುಗಳನ್ನು vadhugaḷannu	ಕರುಗಳನ್ನು karugaḷannu
為格	ಗುರುಗಳಿಗೆ gurugaḷige	ವಧುಗಳಿಗೆ vadhugaḷige	ಕರುಗಳಿಗೆ karugaḷige

属格	ಗುರುಗಳ gurugaḷa	ವಧುಗಳ vadhugaḷa	ಕರುಗಳ karugaḷa
所格	ಗುರುಗಳಲ್ಲಿ gurugaḷalli	ವಧುಗಳಲ್ಲಿ vadhugaḷalli	ಕರುಗಳಲ್ಲಿ karugaḷalli
起格	ಗುರುಗಳಿಂದ gurugaḷinda	ವಧುಗಳಿಂದ vadhugaḷinda	ಕರುಗಳಿಂದ karugaḷinda

単数

	４類・男性	４類・女性	４類・中性
主格	ಅರಸು arasu	ಹೆಂಗಸು heṅgasu	ಕೂಸು kūsu
斜格	aras-	heṅgas-	kūs-
対格	ಅರಸನ್ನು arasannu	ಹೆಂಗಸನ್ನು heṅgasannu	ಕೂಸನ್ನು kūsannu
為格	ಅರಸಿಗೆ arasige	ಹೆಂಗಸಿಗೆ heṅgasige	ಕೂಸಿಗೆ kūsige
属格	ಅರಸಿನ arasina	ಹೆಂಗಸಿನ heṅgasina	ಕೂಸಿನ kūsina
所格	ಅರಸಿನಲ್ಲಿ arasinalli	ಹೆಂಗಸಿನಲ್ಲಿ heṅgasinalli	ಕೂಸಿನಲ್ಲಿ kūsinalli
起格	ಅರಸಿನಿಂದ arasininda	ಹೆಂಗಸಿನಿಂದ heṅgasininda	ಕೂಸಿನಿಂದ kūsininda

複数

	4類・男性	4類・女性	4類・中性
主格	ಅರಸುಗಳು arasugaḷu	ಹೆಂಗಸರು heṅgasaru	ಕೂಸುಗಳು kūsugaḷu
対格	ಅರಸುಗಳನ್ನು arasugaḷannu	ಹೆಂಗಸರನ್ನು heṅgasarannu	ಕೂಸುಗಳನ್ನು kūsugaḷannu
為格	ಅರಸುಗಳಿಗೆ arasugaḷige	ಹೆಂಗಸರಿಗೆ heṅgasarige	ಕೂಸುಗಳಿಗೆ kūsugaḷige
属格	ಅರಸುಗಳ arasugaḷa	ಹೆಂಗಸರ heṅgasara	ಕೂಸುಗಳ kūsugaḷa
所格	ಅರಸುಗಳಲ್ಲಿ arasugaḷalli	ಹೆಂಗಸರಲ್ಲಿ heṅgasaralli	ಕೂಸುಗಳಲ್ಲಿ kūsugaḷalli
起格	ಅರಸುಗಳಿಂದ arasugaḷinda	ಹೆಂಗಸರಿಂದ heṅgasarinda	ಕೂಸುಗಳಿಂದ kūsugaḷind

20. 人称代名詞の変化（まとめ）

	１人称代名詞		２人称代名詞	
	単数	複数	単数	複数
主格	ನಾನು nānu	ನಾವು nāvu	ನೀನು nīnu	ನೀವು nīvu
対格	ನನ್ನನ್ನು nannannu	ನಮ್ಮನ್ನು nammannu	ನಿನ್ನನ್ನು ninnannu	ನಿಮ್ಮನ್ನು nimmannu
為格	ನನಗೆ nanage	ನಮಗೆ namage	ನಿನಗೆ ninage	ನಿಮಗೆ nimage

属格	ನನ್ನ nanna	ನಮ್ಮ namma	ನಿನ್ನ ninna	ನಿಮ್ಮ nimma
処格	ನನ್ನಲ್ಲಿ nannalli	ನಮ್ಮಲ್ಲಿ nammalli	ನಿನ್ನಲ್ಲಿ ninnalli	ನಿಮ್ಮಲ್ಲಿ nimmalli
起格	ನನ್ನಿಂದ nanninda	ನಮ್ಮಿಂದ namminda	ನಿನ್ನಿಂದ ninninda	ನಿಮ್ಮಿಂದ nimminda

再帰代名詞

	単数	複数
主格	ತಾನು tānu	ತಾವು tāvu
対格	ತನ್ನನ್ನು tannannu	ತಮ್ಮನ್ನು tammannu
為格	ತನಗೆ tanage	ತಮಗೆ tamage
属格	ತನ್ನ tanna	ತಮ್ಮ tamma
処格	ತನ್ನಲ್ಲಿ tannalli	ತಮ್ಮಲ್ಲಿ tammalli
起格	ತನ್ನಿಂದ tanninda	ತಮ್ಮಿಂದ tamminda

3人称代名詞（男性・女性）

	単数		複数
	男性	女性	
主格	ಅವನು avanu	ಅವಳು avaḷu	ಅವರು avaru
対格	ಅವನನ್ನು avanannu	ಅವಳನ್ನು avaḷannu	ಅವರನ್ನು avarannu
為格	ಅವನಿಗೆ avanige	ಅವಳಿಗೆ avaḷige	ಅವರಿಗೆ avarige
属格	ಅವನ avana	ಅವಳ avaḷa	ಅವರ avara
処格	ಅವನಲ್ಲಿ avanalli	ಅವಳಲ್ಲಿ avaḷalli	ಅವರಲ್ಲಿ avaralli
起格	ಅವನಿಂದ avaninda	ಅವಳಿಂದ avaḷinda	ಅವರಿಂದ avarind

3人称代名詞（中性）

	遠称		近称	
	単数	複数	単数	複数
主格	ಅದು adu	ಅವು avu	ಇದು idu	ಇವು ivu
対格	ಅದನ್ನು adannu	ಅವನ್ನು avannu	ಇದನ್ನು idannu	ಇವನ್ನು ivannu
為格	ಅದಕ್ಕೆ adakke	ಅವಕ್ಕೆ avakke	ಇದಕ್ಕೆ idakke	ಇವಕ್ಕೆ ivakke

属格	ಅದರ adara	ಅವುಗಳ avugaḷa	ಇದರ idara	ಇವುಗಳ ivugaḷa
処格	ಅದರಲ್ಲಿ adaralli	ಅವಲ್ಲಿ avalli	ಇದರಲ್ಲಿ idaralli	ಇವಲ್ಲಿ ivalli
起格	ಅದರಿಂದ adarinda	ಅವುಗಳಿಂದ avugaḷinda	ಇದರಿಂದ idarinda	ಇವುಗಳಿಂದ ivugaḷinda

21.　現在時制

೧. ಭಟ್ಟರು ದಿನವೂ ಓದುತ್ತಾರೆ.

೨. ನಾವು ನಾಳೆ ಬೆಂಗಳೂರಿಗೆ ಹೋಗುತ್ತೇವೆ.

೩. ಚಂದ್ರನು ಪ್ರಕಾಶಿಸುತ್ತಾನೆ.

೪. ಮಾವಿನ ಮರದಲ್ಲಿ ಹಣ್ಣು ಸಿಕ್ಕುತ್ತದೆ.

೫. ನಾನು ಬೆಳಿಗ್ಗೆ ಒಂದು ಮೆ ಮೊಟ್ಟೆ ಮತ್ತು ರೊಟ್ಟಿ ತಿನ್ನುತ್ತೇನೆ.

1．バッタさんは毎日来ます。

2．私たちは明日バンガロールに行きます。

3．月が輝く。

4．マンゴーの木に実がなります。

5．私は朝、卵ひとつとローティーを食べます。

用法

現在時制は、現在の習慣・近い未来・普遍的現象や歴史的事実に言及する場合に用いられる。

位置

動詞語幹 + 現在時制表示接辞 + 現在時制人称接辞

表示接辞

-u で終わる動詞語幹　　-tt-

-i / -e で終わる動詞語幹　　-yutt-

変化

	(文語形) 単数	(文語形) 複数	(口語形) 単数	(口語形) 複数
1	ಮಾಡುತ್ತೇನೆ māḍuttēne	ಮಾಡುತ್ತೇವೆ māḍuttēve	ಮಾಡುತ್ತೀನಿ māḍuttīni	ಮಾಡುತ್ತೀವಿ māḍuttīvi
2	ಮಾಡುತ್ತೀಯೆ māḍuttīye	ಮಾಡುತ್ತೀರಿ māḍuttīri	ಮಾಡುತ್ತೀಯ māḍuttīya	ಮಾಡುತ್ತೀರ māḍuttīra
3 男性	ಮಾಡುತ್ತಾನೆ māḍuttāne	ಮಾಡುತ್ತಾರೆ māḍuttāre	ಮಾಡುತ್ತಾನೆ māḍuttāne	ಮಾಡುತ್ತಾರೆ māḍiuttāre
女性	ಮಾಡುತ್ತಾಳೆ māḍuttāḷe	ಮಾಡುತ್ತಾರೆ māḍuttāre	ಮಾಡುತ್ತಾಳೆ māḍuttāḷe	ಮಾಡುತ್ತಾರೆ māḍuttāre
中性	ಮಾಡುತ್ತದೆ māḍuttade	ಮಾಡುತ್ತವೆ māḍuttave	ಮಾಡುತ್ತೆ māḍutte	ಮಾಡುತ್ತವೆ māḍuttave

iru-（規則形）

		単数	複数
1		ಇರುತ್ತೇನೆ iruttēne	ಇರುತ್ತೇವೆ iruttēve
2		ಇರುತ್ತೀಯೆ iruttīye	ಇರುತ್ತೀರಿ iruttīri
3	男性	ಇರುತ್ತಾನೆ iruttāne	ಇರುತ್ತಾರೆ iruttāre
	女性	ಇರುತ್ತಾಳೆ iruttāḷe	ಇರುತ್ತಾರೆ iruttāre
	中性	ಇರುತ್ತದೆ iruttade	ಇರುತ್ತವೆ iruttave

iru-（不規則形）

		単数	複数
1		ಇದ್ದೇನೆ iddhēne	ಇದ್ದೇವೆ iddhēve
2		ಇದ್ದೀಯೆ iddhīye	ಇದ್ದೀರಿ iddhīri
3	男性	ಇದ್ದಾನೆ iddhāne	ಇದ್ದಾರೆ iddhāre
	女性	ಇದ್ದಾಳೆ iddhāḷe	ಇದ್ದಾರೆ iddhāre
	中性	ಇದೆ ide	ಇವೆ ive

22. 未来時制

೧. ಆಚಾರ್ಯನು ಶಿಷ್ಯಳನ್ನು ನೋಡುವನು.

೨. ಅಕ್ಕಸಾಲಿಗರು ಚಿನ್ನವನ್ನು ಬೆಂಕಿಯಲ್ಲಿ ಹಾಕಿ ಕರಗಿಸುವರು.

೩. ಪೂಜಾರಿಯು ಹಣ್ಣುಗಳನ್ನೂ ಹೂವುಗಳನ್ನೂ ಅರ್ಪಿಸಿ ದೇವರನ್ನು ಪೂಜಿಸುವನು.

೪. ಅವಳು ಆ ಹುಡುಗರನ್ನು ಓಡಿಸುವಳು.

೫. ಅವರು ಕಾಫಿಯನ್ನು ಕುಡಿಯುವರು.

೬. ಒಬ್ಬ ಬ್ರಾಹ್ಮಣನು ಮಾತನಾಡುತ್ತಾನೆ; ಆತನನ್ನು ವಂದಿಸುವೆನು.

1．先生が生徒を見ます。

2．金細工師は金を火にかけて溶かします。

3．僧は果実と花を供え、神々を供養する。

4．彼女はその少年たちを走らせる。

5．彼はコーヒーを飲む。

6．一人のバラモンが話している、あの方に敬礼しよう。

用法

未来時制は、未来の事態・継続的状況や現在の習慣に言及する場合に用いられる。

位置

動 詞 語 幹 ＋ 未来時制表示接辞 ＋ 未来時制人称接辞

表示接辞

-u で終わる動詞語幹	-v-
-i / -e で終わる動詞語幹	-yuv-

変化

		単数	複数
1		ಮಾಡುವೆನು māḍuvenu	ಮಾಡುವೆವು māḍuvevu
2		ಮಾಡುವೆ māḍuve	ಮಾಡುವಿರಿ māḍuviri
3	男性	ಮಾಡುವನು māḍivanu	ಮಾಡುವರು māḍuvaru
	女性	ಮಾಡುವಳು māḍivaḷu	ಮಾಡುವರು māḍuvaru
	中性	ಮಾಡುವುದು māḍuvudu	ಮಾಡುವವು māḍuvavu

	単数	複数
1	ಕಲಿಯುವೆನು kaliyuvenu	ಕಲಿಯುವೆವು kaliyuvevu
2	ಕಲಿಯುವೆ kaliyuve	ಕಲಿಯುವಿರಿ kaliyuviri

3	男性	ಕಲಿಯುವನು kaliyuvanu	ಕಲಿಯುವರು kaliyuvaru
	女性	ಕಲಿಯುವಳು kaliyuvaḷu	ಕಲಿಯುವರು kaliyuvaru
	中性	ಕಲಿಯುವುದು kaliyuvudu	ಕಲಿಯುವವು kaliyuvavu

23. 過去時制（規則形）

೧. ಅರಸನು ರಾಜ್ಯವನ್ನು ಆಳಿದನು.

೨. ಹುಡುಗನು ಒಂದು ತೋಟದಲ್ಲಿ ಪಾಠವನ್ನು ಓದಿದನು.

೩. ಕೃಷ್ಣ, ಪಟ್ಟಣಗಳನ್ನೂ ರಾಜ್ಯಗಳನ್ನೂ ಖಡ್ಗದಿಂದ ನಾಶಮಾಡಿದೆ.

೪. ಹುಡುಗರು ಅಕ್ಷರಗಳನ್ನು ನೋಡಿದರು.

೫. ಒಕ್ಕಲಿಗರು ಹೊಲದಲ್ಲಿ ಕೆಲಸಮಾಡಿದರು.

೬. ಅಗಸನ್ನು ಕರೆದೆನು.

೭. ಪೂಜಾರಿಯು ವಿಷ್ಣುದೇವಾಲಯದಲ್ಲಿ ಮಂತ್ರಗಳನ್ನು ನುಡಿದನು.

೮. ಪ್ರಯಾಣಿಗಳು ನೀರನ್ನು ಕುಡಿದರು.

೯. ಹುಡುಗಿಯ ಜಾಣತನವನ್ನು ಎಲ್ಲರೂ ಮೆಚ್ಚಿದರು.

೯. ಇವತ್ತು ನೀವೇ ಪಾತ್ರೆ ತೊಳೆದಿರಾ?
೧೦. ಬಂದೆ.

1．王は王国を統治した。
2．少年はひとつの庭で学課を勉強した。
3．クリシュナよ、（私は）ひとつの斧で町をも王国をも滅ぼした。
4．少年たちは文字を見た。
5．農民は野で仕事をした。
6．（私は）洗濯人を呼んだ。
7．僧はヴィシュヌの寺院でマントラを読誦した。
8．旅人が水を飲んだ。
9．今日、あなたは皿を洗いましたか。
10．（私は）来た。（＝直ぐ来ます。）

用法

過去時制は、過去の事態や過去の習慣に言及する場合に用いられる。

位置

| 動 詞 語 幹 | ＋ | 過去時制表示接辞 | ＋ | 過去時制人称接辞 |

表示接辞

-u で終わる動詞語幹　　　-id-
-i / -e で終わる動詞語幹　　-d-

変化

	(文語形) 単数	(文語形) 複数	(口語形) 単数	(口語形) 複数
1	ಮಾಡಿದೆನು māḍidenu	ಮಾಡಿದೆವು māḍidevu	ಮಾಡಿದೆ māḍide	ಮಾಡಿದಿವು māḍidivu
2	ಮಾಡಿದೆ māḍide	ಮಾಡಿದಿರಿ māḍidiri	ಮಾಡಿದಿ māḍidi	ಮಾಡಿದಿರಿ māḍidiri
3男性	ಮಾಡಿದನು māḍidanu	ಮಾಡಿದರು māḍidaru	ಮಾಡಿದ māḍida	ಮಾಡಿದರು māḍidaru
女性	ಮಾಡಿದಳು māḍidaḷu	ಮಾಡಿದರು māḍidaru	ಮಾಡಿದಳು māḍidaḷu	ಮಾಡಿದರು māḍidaru
中性	ಮಾಡಿತು māḍitu	ಮಾಡಿದುವು māḍiduvu	ಮಾಡಿತು māḍiditu	ಮಾಡಿದುವು māḍiduvu

	(文語形) 単数	(文語形) 複数	(口語形) 単数	(口語形) 複数
1	ನುಡಿದೆನು nuḍidenu	ನುಡಿದೆವು nuḍidevu	ನುಡಿದೆ nuḍide	ನುಡಿದಿವು nuḍidivu
2	ನುಡಿದೆ nuḍide	ನುಡಿದಿರಿ nuḍidiri	ನುಡಿದಿ nuḍidi	ನುಡಿದಿರಿ nuḍidiri
3男性	ನುಡಿದನು nuḍidanu	ನುಡಿದರು nuḍidaru	ನುಡಿದ nuḍida	ನುಡಿದರು nuḍidaru
女性	ನುಡಿದಳು nuḍidaḷu	ನುಡಿದರು nuḍidaru	ನುಡಿದಳು nuḍidaḷu	ನುಡಿದರು nuḍidaru
中性	ನುಡಿದಿತು nuḍiditu	ನುಡಿದುವು nuḍiduvu	ನುಡಿಯಿತು nuḍiyitu	ನುಡಿದುವು nuḍiduvu

24.　過去時制（不規則形-1）

೧.　ಇವತ್ತು ಬೆಳಿಗ್ಗೆ ನಮ್ಮ ಅತ್ತೆ ಬೆಂಗಳೂರಿಗೆ ಹೋದರು.

೨.　ಅವರು ಹೋದ ತಿಂಗಳು ಅಮೇರಿಕಾದಿಂದ ಭಾರತಕ್ಕೆ ಬಂದರು.

೩.　ಆ ಕೋತಿ ಮರದ ಬುಡದಿಂದ ಮೇಲಕ್ಕೆ ಹತ್ತಿತು.

೪.　ಆ ಔಷಧದಿಂದ ಕಣ್ಣೋವು ಇಲ್ಲಾಯಿತು.

೫.　ಏಳು ಘಂಟೆ ಆಯಿತು.

೬.　ಅವನು ಯಾವಾಗ ತಂದನು?

೭.　ಕಾಶಿಯಲ್ಲಿ ಒಬ್ಬ ಬ್ರಾಹ್ಮಣನು ಇದ್ದನು.

೮.　ರಾತ್ರಿಯಲ್ಲಿ ಎಲ್ಲಿದ್ದಿ?

೯.　ನಮ್ಮ ತಾಯಿ ನೀರನ್ನು ಹೊಳೆಯಿಂದ ತಂದಳು.

1．今朝私たちの義理の母はバンガロールに行きました。

2．彼は先月アメリカからインドに来ました。

3．その猿は木の根っこから上に上った。

4．その薬で目の痛みがなくなった。

5．７時になった。

6．彼はいつ持ってきたのか。

7．カーシーに一人のバラモンがいた。

8．夜どこにいたのか。
9．私たちの母は水を川から運んできた。

変化

baru-

	（文語形）		（口語形）	
	単数	複数	単数	複数
1	ಬಂದೆನು	ಬಂದೆವು	ಬಂದೆ	ಬಂದೆವು
	bandenu	bandevu	bande	bandevu
2	ಬಂದೆ	ಬಂದಿರಿ	ಬಂದೆ	ಬಂದಿರಿ
	bande	bandiri	bande	bandiri
3男性	ಬಂದನು	ಬಂದರು	ಬಂದ	ಬಂದರು
	bandanu	bandaru	banda	bandaru
女性	ಬಂದಳು	ಬಂದರು	ಬಂದಳು	ಬಂದರು
	bandaḷu	bandaru	bandaḷu	bandaru
中性	ಬಂತು	ಬಂದವು	ಬಂತು	ಬಂದವು
	bantu	bandavu	bantu	bandavu
	ಬಂದಿತು			
	banditu			

taru-

	（文語形）		（口語形）	
	単数	複数	単数	複数
1	ತಂದೆನು	ತಂದೆವು	ತಂದೆ	ತಂದೆವು
	tandenu	tandevu	tande	tandevu

2	ತಂದೆ	ತಂದಿರಿ	ತಂದೆ	ತಂದಿರಿ
	tande	tandiri	tande	tandiri
3男性	ತಂದನು	ತಂದರು	ತಂದ	ತಂದರು
	tandanu	tandaru	tanda	tandaru
女性	ತಂದಳು	ತಂದರು	ತಂದಳು	ತಂದರು
	tandaḷu	tandaru	tandaḷu	tandaru
中性	ತಂತು	ತಂದವು	ತಂತು	ತಂದವು
	tantu	tandavu	tantu	tandavu
	ತಂದಿತು			
	tanditu			

āgu-

	（文語形）		（口語形）	
	単数	複数	単数	複数
1	ಆದೆನು	ಆದೆವು	ಆದೆ	ಆದೆವು
	ādenu	ādevu	āde	ādevu
2	ಆದೆ	ಆದಿರಿ	ಆದೆ	ಆದಿರಿ
	āde	ādiri	āde	ādiri
3男性	ಆದನು	ಆದರು	ಆದ	ಆದರು
	ādanu	ādaru	āda	ādaru
女性	ಆದಳು	ಆದರು	ಆದಳು	ಆದರು
	ādaḷu	ādaru	ādaḷu	ādaru
中性	ಆಯಿತು	ಆದವು	ಆಯಿತು	ಆದವು
	āyitu	ādavu	āyitu	ādavu

iru-

	(文語形)		(口語形)	
	単数	複数	単数	複数
1	ಇದ್ದೆನು iddenu	ಇದ್ದೆವು iddevu	ಇದ್ದೆ idde	ಇದ್ದೆವು iddevu
2	ಇದ್ದೆ iddi(de)	ಇದ್ದಿರಿ iddiri	ಇದ್ದೆ idde	ಇದ್ದಿರಿ iddiri
3男性	ಇದ್ದನು iddanu	ಇದ್ದರು iddaru	ಇದ್ದ idda	ಇದ್ದರು iddaru
女性	ಇದ್ದಳು iddaḷu	ಇದ್ದರು iddaru	ಇದ್ದ idda	ಇದ್ದರು iddaru
中性	ಇತ್ತು ittu ಇದ್ದಿತು idditu	ಇದ್ದವು iddavu	ಇತ್ತು ittu	ಇದ್ದವು iddavu

25. 過去時制(不規則形-2)

೧. ಆ ಬ್ರಾಹ್ಮಣನು ತನ್ನ ದೊಡ್ಡ ಮಗನಿಗೆ ಸ್ತ್ರಿಯನ್ನು ಕೊಟ್ಟನು.

೨. ಆ ಮುಪ್ಪಿನಲ್ಲಿ ಗಂಡುಮಗು ಹುಟ್ಟಿತು.

೩. ರಾಮನು ರಾವಣವನನ್ನು ಕೊಂದನು.

೪. ಬೆಳಿಗ್ಗೆ ಐದು ಘಂಟೆಗೆ ಹೊರಟನು.

೫. ನಿಮ್ಮಣ್ಣ ಕೆಟ್ಟವರ ಕೈಯಲ್ಲಿ ಬಿದ್ದರು.

೬. ಎಲ್ಲಿ ಕೊಂಡಿರಿ?

೭. ನಾನು ನಿನ್ನನ್ನು ನಿನ್ನೆ ಕಂಡೆನು.

೮. ರಾಜಕುಮಾರನು ಯುದ್ಧದಲ್ಲಿ ಸತ್ತನು.

1．そのバラモンは自分の長男に財産を与えた。
2．その老人に男の子が生まれた。
3．ラーマはラーワナを殺した。
4．（彼は）朝5時に出発した。
5．あなたのお兄さんは悪者の手に落ちた。
6．どこで得られましたか。
7．私はあなたを昨日見ました。
8．王子は戦いで亡くなった。

過去表示形の形成

①特殊形

ಹೋಗು (hōgu)	行く	hōd-
ಆಗು (āgu)	成る	ād-

②-t- を付加する

ಅರಿ (ari)	知る	arit-
ಅವಿ (avi)	隠す	avit-
ಓ (ō)	愛する	ōt- (ōvit-)

ಕಲಿ (kali)	習う	kalit-
ಕೀ (kī)	化膿する	kīt-
ಕಳಿ (kaḷi)	捨てる	kaḷit-
ಕುರಿ (kuri)	狙う	kurit-
ಕೊಳೆ (koḷe)	腐敗する	koḷet-
ಚಳಿ (caḷi)	疲れ果てる	caḷit-
ದೊರೆ (dore)	獲得する	doret-
ಬಲಿ (bali)	増える	balit-
ಬೀ (bī)	消える	bīt-
ಮರೆ (mare)	忘れる	maret-
ಮಲೆ (male)	反対する	male-tu
ಮೊಳೆ (moḷe)	芽が出る	moḷet-

例外：

ಕಾಯು (kāyu)	保護する、待つ	kāt-
ಕೋಯು (kōyu)	糸を通す	kōt- (kōd-)
ಬಾಯು (bāyu)	腫れる	bāt-
ಕವಲ್ (kaval)	枝分かれする	kavalt-
ಬಲ್ (bal)	完全に成長する	balt-
ಮಡಲು (maḍalu)	蔓などが広がる	maḍalt-

③-t- / -d- を付加する

ಅಲೆ (ale)	揺れる、動く	alet- / aled-
ಕಿಸಿ (kisi)	にやりと笑う	kisit- / kisid-
ಕುಸಿ (kusi)	倒壊する	kusit- / kusid-

ಬಸಿ (basi)	水が湧き出る	basit- / basid-
ಬಿರಿ (biri)	割れる	birit- / birid-
ಬೆಸೆ (bese)	溶接する	beset- / besed-
ಮಸೆ (mase)	研ぐ	masetu- / mased-
ಮುನಿ (muni)	怒る	munit- / munid-
ಸೆಡೆ (seḍe)	硬直する	seḍet- / seḍed-
ಹಸಿ (hasi)	空腹である	hasit- / hasid-
ಹಿಸಿ (hisi)	握りつぶす	hisit- / hisid-
ಹುಸಿ (husi)	嘘をつく	husit- / husid-
ಹೊಸೆ (hose)	かき混ぜる	hoset- / hosed-

④語末音節を -t- に変える

ಆನು (ānu)	背などにもたれる	āt-
ಕೂರು (kūru)	座る	kūt-
ಜೋಲು (jōlu)	ぶら下がる	jōt-
ನಾರು (nāru)	悪臭を放つ	nāt-
ನೇಲು (nēlu)	垂れ下がる	nēt-
ನೂಲು (nūlu)	紡いで糸にする	nūt-
ನೋನು (nōnu)	誓いを立てる	nōt-
ಸಾಲು (sālu)	借金する	sāt-
ಸೀನು (sīnu)	くしゃみする	sīt-
ಸೋಲು (sōlu)	敗北する	sōt-
ಹೂಳು (hūḷu)	埋葬する	hūt-
ಹೇಲು (hēlu)	排便する	hēt-
ಹೋಲು (hōlu)	似る	hōt-

例外：

ಬೆವರು (bevaru)	汗をかく	bevart-

⑤語末音節を -tt- に変える

ಆಸರು (āsaru)	疲れる	āsatt-
ತೆರು (teru)	税などを払う	tett-
ತೆಪ್ಪರು (tepparu)	意識を回復する	teppattu
ಮಿದಿ (midi)	こねる	mitt-
ಹೊರು (horu)	背負う	hott-
ಅಳು (aḷu)	泣く	att-
ಉಳು (uḷu)	耕す	utt-
ಕೀಳು (kīḷu)	根元から引き抜く	kītt-
ಹೆರು (heru)	子を産む	hett-

例外：語頭長母音を短母音化し、語末音節を -tt- に変える

ಈ (ī)	与える	itt-
ಬೀಳು (bīḷu)	落ちる	bidd-
ಸಾಯು (sāyu)	亡くなる	satt-

⑥語末音節を -nt- に変える

ನಿಲ್ಲು (nillu)	立つ	nint-

⑦-d- を付加する

ಇಳಿ (iḷi)	降りる	iḷid-
ಉಳಿ (uḷi)	生き残る	uḷid-

ಎಸೆ (ese)	矢などを放つ	esed-
ಎಳೆ (eḷe)	引っ張る	eḷed-
ಕರೆ (kare)	呼ぶ	kared-
ತಿಳಿ (tiḷi)	知られる	tiḷid-
ನುಸಿ (nusi)	無理矢理に入り込む	nusid-
ಬಡಿ (baḍi)	打つ	baḍid-

例外：

ಆಯು (āyu)	集める	āyd-
ಈನು (īnu)	動物が子供を産む	īd-
ಕಾಯು (kāyu)	保護する、待つ、熱くなる	kād- / kāyd-
ಕೊಯ್ಯು (koyyu)	切る	koyd-
ತೇಯು (tēyu)	擦る	tēyd- / teyd-
ತೋ (tō)	濡れる	tōyid- / toyd-
ತೋಯು (tōyu)	濡れる	tōyid- / toyd-
ತೊಯ್ಯು (toyyu)	濡れる	toyid- / toyd-
ನೇಯು (nēyu)	織る	need- / neyd-
ಬಯ್ಯು (bayyu)	罵る	bayd-
ಮಾಯು (māyu)	癒す	mād- / māyd-
ಮೇಯು (mēyu)	草を食む	mēd- / mēyd-

⑧語末音節を -dd- に変える

ಇರು (iru)	いる	idd-
ಕಳು (kaḷu)	盗む	kadd-
ಗೆಲ್ಲು (gellu)	勝つ	gedd-

ಮೆಲ್ಲು (mellu)	もぐもぐ食む	medd-
ಒದೆ (ode)	蹴る	odd-
ಕದಿ (kadi)	盗む	kadd-
ಹೊದಿ (hodi)	体を覆う	hodd-

例外：語頭長母音を短母音化し、語末音節を -dd- に変える

ಏಳು (ēḷu)	起き上がる	edd-
ಬೀಳು (bīḷu)	落ちる	bidd-

⑨第２音節を -nd- に変える

ತರು (taru)	持ってくる、連れてくる	tand-
ಬರು (baru)	来る	band-
ಅನ್ನು (annu)	言う	and-
ಎನ್ನು (ennu)	言う	end-
ಉಣ್ಣು (uṇṇu)	食べる	uṇḍ-
ತಿನ್ನು (tinnu)	食べる	tind-
ಸಲ್ಲು (sallu)	行く、必要な	sand- (sal-d > san-d)
ಕೊಲ್ಲು (kollu)	殺す	kond- (kol-d > kon-d-)
ಕೊಳ್ಳು (koḷḷu)	手に取る	koṇḍ- (kol-d > kon-d-)

例外：語頭長母音を短母音化し、語末音節を -nd- に変える

ನೋಯು (nōyu)	体などが痛む	nond-
ಬೇಯು (bēyu)	炊ける、焼ける	bend-
ಮೀಯು (mīyu)	沐浴する	mind-
ಕಾಣು (kāṇu)	見る	kaṇḍ-

⑩語末の -ḍu を -aṭṭ- に変える

ಅಡು (aḍu)	料理する	aṭṭ-
ಇಡು (iḍu)	置く	iṭṭ-
ಉಡು (uḍu)	着る	uṭṭ-
ಕೆಡು (keḍu)	悪くなる	keṭṭ-
ಕೊಡು (koḍu)	与える	koṭṭ-
ತೊಡು (toḍu)	身に着ける	toṭṭu
ನಡು (naḍu)	植える	naṭṭ-
ಪಡು (paḍu)	得る	paṭṭ-
ಬಿಡು (biḍu)	捨てる	biṭṭ-
ಮಡು (maḍu)	強める	aṭṭ-
ಸುಡು (suḍu)	燃やす	suṭṭ-
ಹೊರಡು (horaḍu)	出発する	horaṭṭ-
ಬಿಸುಡು (bisuḍu)	投げうつ	bisuṭ-
ಬಿಸಾಡು (bisāḍu)	投げうつ	bisāṭ-

⑪語末の -gu を -kku- に変える

ಉಗು (ugu)	流す	ukk-
ಒಗು (ogu)	流れ出す	okk-
ತಗು (tagu)	相応しい	takk-
ನಗು (nagu)	笑う	nakk-
ಬಿಗು (bigu)	膨らむ	bikk-
ಮಿಗು (migu)	増大する	mikk-
ಸಿಗು (sigu)	手に入る	sikk-
ಹೊಗು (hogu)	入る	hokk

⑫語末の -ru を -rt- に変える

ಕೊನರು	(konaru)	芽を出す	konart-
ಚಿಗುರು	(ciguru)	若芽を出す	cigurt-
ತಳಿರು	(taḷiru)	新芽を出す	taḷirt-
ಮಿಳಿರು	(miḷiru)	繁栄する	miḷirt-
ಬೆವರು	(bevaru)	汗をかく	bevart-

26. 不確定時制

೧. ಕಾಶಿಯನ್ನು ಯಾವಾಗ ಕಂಡೇನು?

೨. ಪಾಪಿಗಳು ದೇವರ ದರ್ಶನವನ್ನು ಹೊಂದಾರೋ.

೩. ಈ ಹುಳವು ಮರಗಳನ್ನೂ ಗಿಡಗಳನ್ನೂ ನಾಶಮಾಡೀತು.

೪. ವರ್ತಕನು ವಿರಾಮಕಾಲದಲ್ಲಿ ಧ್ಯಾನಮಾಡಾನು.

೫. ನಾವು ದೇವಾಲಯದಲ್ಲಿ ವಿಗ್ರಹವನ್ನು ಮಾಡಿಯೇವು.

೬. ಮಾವ ಸಹಾಯ ಮಾಡಿಯಾರು.

೭. ಕೇಡಿಗಳು ದೇವನ ದರ್ಶನವನ್ನು ಹೊಂದಾರಾ?

1. カーシーをいつ目にすることができるのか。
2. 罪人が神の顕現を得られようや。
3. この虫は木も植木も駄目にしてしまうかもしれない。
4. 商人は休暇のときに瞑想をする。
5. 私たちは寺院で像を作るかもしれない。

6．義理の父が助けてくれるかもしれない。
7．悪事を働いたものが神の顕現を得られるか。

用法

不確定時制は、ある事態の生起する可能性や生起した可能性に言及する場合に用いられる。

位置

動詞語幹 ＋ 過去時制表示接辞 ＋ 不確定時制人称接辞

変化

		単数	複数
1		ಮಾಡಿಯೇನು māḍ(iy)ēnu	ಮಾಡಿಯೇವು māḍ(iy)ēvu
2		ಮಾಡೀಯೆ māḍīye	ಮಾಡೀರಿ māḍīri
3	男性	ಮಾಡಿಯಾನು māḍiyānu	ಮಾಡಿಯಾರು māḍiyāru
	女性	ಮಾಡಿಯಾಳು māḍiyāḷu	ಮಾಡಿಯಾರು māḍiyāru
	中性	ಮಾಡೀತು māḍītu	ಮಾಡಿಯಾವು māḍiyāvu

		単数	複数
1		ನುಡಿದೇನು nuḍidēnu	ನುಡಿದೇವು nuḍidēvu
2		ನುಡಿದೀಯೆ nuḍidīye	ನುಡಿದೀರಿ nuḍidīri
3	男性	ನುಡಿದಾನು nuḍidānu	ನುಡಿದಾರು nuḍidāru
	女性	ನುಡಿದಾಳು nuḍidāḷu	ನುಡಿದಾರು nuḍidāru
	中性	ನುಡಿದೀತು nuḍidītu	ನುಡಿದಾವು nuḍidāvu

27. 融合否定

೧. ಈ ಕೆಲಸವನ್ನು ಅವನು ಮಾಡನು.

೨. ಈ ವರುಷದಲ್ಲಿ ಒಕ್ಕಲಿಗರು ಈ ಹೊಲವ್ನನ್ನು ಸಾಗುವಳಿಮಾಡರು.

೩. ಆ ಹುಡುಗನು ಪಾಠಗಳನ್ನು ಓದನು; ಅವನು ಕೆರೆಯ ಕಟ್ಟೆಯ ಮೇಲೆ ಆಡುತ್ತಾನೆ.

1. この仕事を彼はしない。
2. 今年、農民はこの野を耕さない。
3. その少年は学課を勉強しないで、池の堤で遊んでいる。

用法

動詞文の否定を表す。時制の制約はない。

位置

動詞語幹 + ゼロ否定接辞 + 融合否定人称接辞

変化

		単数	複数
1		ಮಾಡೆ(ನು) māḍe(nu)	ಮಾಡೆವು māḍevu
2		ಮಡೆ māḍe	ಮಾಡರಿ māḍari
3	男性	ಮಾಡ(ನು) māḍa(nu)	ಮಾಡರು māḍaru
	女性	ಮಾಡಳು māḍaḷu	ಮಾಡು māḍaru
	中性	ಮಾಡದು māḍadu	ಮಾಡವು māḍavu

	単数	複数
1	ನುಡಿಯೆ(ನು) nuḍiye(nu)	ನುಡಿಯೆವು nuḍiyevu
2	ನುಡಿಯೆ nuḍiye	ನುಡಿಯರಿ nuḍiyari

3	男性	ನುಡಿಯ(ನು) nuḍiya(nu)	ನುಡಿಯರು nuḍiyaru
	女性	ನುಡಿಯಳು nuḍiyaḷu	ನುಡಿಯರು nuḍiyaru
	中性	ನುಡಿಯದು nuḍiyadu	ನುಡಿಯವು nuḍiyavu

28.　２人称命令形（普通体）

೧.　ಏಳುಏಳು(ಏಳೇಳು).

೨.　ಇಲ್ಲಿ ಬಾ.

೩.　ಕೆಲಸ ಮಾಡು.

೪.　ಆ ಕಡೆ ಹೋಗು.

೫.　ನೀವು ಬಿಲ್ಲು ಕೊಡು.

೬.　ನೀರು ಕುಡಿ.

೭.　ಈ ಪೆನ್ನು ತೊಗೋ.

೮.　ಈ ಕಾಗದ ಕಂಡ ಕೂಡಲೆ ಹೊರಟು ಬರುವುದು.

1．起きろ、起きろ。

2．ここに来い。

3．仕事をしろ。

4．あっちに行け。

5．勘定書をくれ。
6．水を飲め。
7．このペンを見せてくれ。
8．この手紙をご覧になれば直ぐいらしてください。

用法

ぞんざいな命令を表す。

位置

動詞語幹	+	ゼロ

表示接辞

動詞語幹がそのまま用いられる。baru, taru は不規則形（それぞれ bā, tā）となる。

29.　２人称命令形（丁寧体）

೧.　ಸ್ವಲ್ಪ ಮಜ್ಜಿಗೆ ಕೊಡುತ್ತೀರಾ?
೨.　ಒಂದು ಪೆನ್ನು ಕೊಡಿ.
೩.　‘ಸುಮ್ಮನಿರಿ’ ಎಂದಳು.
೪.　ನೀವು ಈ ಪುಸ್ತಕ ಓದಿ.
೫.　ತಾವು ಹೋಗಿರಿ.

1．バターミルクを少しいただけませんか。
2．ペンを1つください。
3．「静かにしてください。」と（彼女は）言った。
4．この本をお読みください。
5．いらしてください。

用法

同等関係以上の人物に対する命令を表す。

位置

動詞語幹 + i / ri

表示接辞

-u で終わる動詞語幹　　-i / iri-
-i / -e で終わる動詞語幹　　-yi / -yiri-
baru, taru は不規則形（それぞれ banni / banri, tanni / tanri）となる。

30. 勧奨表現

೧. ಎಲ್ಲಿಗೆ ಹೋಗೋಣ.

೨. ನಾವು ಬರೋಣವೇ?

೩. ನಾಳೆ ಬನ್ನೇರಘಟ್ಟಕ್ಕೆ ಪಿಕ್ನಿಕ್ ಹೋಗೋಣ.

೪. ಎಮ್.ಟಿ.ಆರ್‌ನಲ್ಲಿ ಉತ್ತಪ್ಪ ತಿನ್ನೋಣ ಅಂತ ಮನೆ ಬಿಟ್ಟು ಹೊರಟನು.

1. どこに行きましょうか。
2. 来ましょうか。
3. 明日、バンネーラガットへピクニックに行きましょう。
4. ＭＴＲでウッタッパを食べようと（彼は）家を出た。

用法

２人称を含む誘いや１人称の心的意向を表す。

位置

| 動 詞 語 根 | + ōṇa

表示接辞

-u で終わる動詞語幹　　　-ōṇa-

-i / -e で終わる動詞語幹　　-yōṇa-

31. 願望表現

೧. ಕಾರು ಜೋರಾಗಿ ಓಡಲಿ ಅಂತ ಆಕ್ಸಿಲೇಟರ್ ಒತ್ತಿದನು.

೨. ನಾನಂತೂ ಹೋಗೋಲ್ಲ, ಬೇರೆ ಯಾರು ಬೇಕಾದರು ಹೋಗಲಿ.

೩. ಏನು ಮಾಡಲಿ?

೪. ಮಳೆ ಬೀಳಲಿ.

೫. ದಯಮಾಡಿ ಸಹಾಯಮಾಡಲಿ.

೬. ಹಾಗೇ ಆಗಲಿ.

೭. ದೇವರು ನಿನ್ನನ್ನು ಅನುಗ್ರಹಿಸಲಿ.

೮. ಹುಡುಗರು ಮೊದಲು ಊಟ ಮಾಡಲಿ.

1. 車が勢いよく走るように（彼は）アクセルを踏んだ。
2. 何故私が行かないといけないの、誰かほかの人を行かせたら。
3. 何をすればよいのか。
4. 雨が降りますように。
5. どうかお助けください。
6. そのようになれ。
7. 神があなたに恩恵をお与えになりますように。
8. 子供たちに始めに食事をさせよう。

用法

願望や接続法に相当する機能をもつ。1人称の場合は、疑問文のみに用いられる。

位置

| 動詞語根 | + ali

表示接辞

-u で終わる動詞語幹	-ali-
-i / -e で終わる動詞語幹	-yali-

32. 不定詞

೧. ಮಧುರ ಬೋಂಬಾಯಿಗೆ ಹೋಗಲು ನಿರಾಕರಿಸಿದಳು.

೨. ಈ ಮನುಷನನ್ನು ಅರೆಸ್ಟ್ ಮಾಡಲು ಹೇಳಿದ್ದಾರೆ.

೩. ಸುಬ್ಬಿ ಅಂಗವಿಕಲರಿಗೆ ವ್ಯಾಯಾಮ ಕಲಿಸಲು ದಿನಾ ಬಸವನಗುಡಿಗೆ ಹೊಗುತ್ತಾಳೆ.

೪. ವಿಕ್ರಮ ಗೋಪಾಲನನ್ನು ತನ್ನೊಡನೆ ಕರೆದೊಯ್ಯಲು ಒಪ್ಪಿದನು.

೫. ಶಾಸ್ತ್ರಿ ಮರವನ್ನು ಕಡಿಯತೊಡಗಿದನು.

೬. ನಾಟಕವನ್ನು ನೋಡಲು ಜನರು ಬಂದರು.

೭. ರಾಜಣ್ಣ ಸೀಮಾಳಿಗೆ ಹೂ ಕೊಡಲು ಎಲ್ಲರೂ ಚಪ್ಪಾಳೆ

ತಟ್ಟಿದರು.

೮. ಆ ಕೆಲಸವನ್ನು ಮಾಡಲಪೇಕ್ಷಿಸುತ್ತೇನೆ.

೯. ಕಲ್ಲಿಂದ ಎಣ್ಣೆ ತೆಗೆಯಲು ಸಾಧ್ಯವೇ?

೧೦. ಇಂದಿರಾ ಗಾಂಧಿಯವರು ನಾಳೆ ಭಾಷಣ ಮಾಡಲಿದ್ದಾರೆ.

೧೧. ನನ್ನನ್ನು ಹೋಗ ಗೊಡು.

೧೨. ಆ ಚಿತ್ರವು ಈ ರಾತ್ರಿ ತೋರಿಸಲಾಗುವುದು.

1. マドゥラはムンバイへ行くことを拒否した。
2. この人物を逮捕するように（彼は）言った。
3. スッビは身体障害者たちに運動を教えるため、毎日バサワナグディへ行っている。
4. ヴィクラマはゴーパーラを一緒に連れて行くことに同意した。
5. シャーストリは木を切り始めた。
6. 劇を見るために人々がやってきた。
7. ラージャンナがシーマーに花を与えるや、皆が拍手した。
8. （私は）その仕事をすることを望む。
9. 足で油を取ることができますか。
10. インディラー・ガーンディーは明日演説をする予定だ。
11. 私に行かせてくれ。
12. その映画は今夜、上映される。

用法

①主動詞と共起する動作・状態を表す。

②主動詞の目的となる動詞句を示す。

③複合動詞の前項となり、主動詞として機能する。

位置

| 動詞語幹 | + a / alu

表示接辞

-u で終わる動詞語幹	-a / alu-
-i / -e で終わる動詞語幹	-ya / yalu-

33. 可能動詞

೧. ಮೀಸೆ ಸುಟ್ಟ ಬೆಕ್ಕು ಇನ್ನು ಹಾಲಿನ ತಂಟೆಗೆ ಬರಲಾರದು.

೨. ರಣಜಿತ್ ಮಲಯಾಳಂ ಓದಲಾರನು.

೩. ನೀನು ಪರೀಕ್ಷೆಯಲ್ಲಿ ಪಾಸ್ ಮಾಡಲಾರೆ.

೪. ಶೀಲಾ ನನ್ನಷ್ಟು ವೇಗವಾಗಿ ಓಡಲಾರಳು.

೫. ನಾನು ಎಲ್ಲಾ ಟೈಪ್ ಮಾಡಲಾರೆನು.

1. 髯を火傷した猫はその後、ミルクの悪戯ができない。

2. ラナジットはマラヤーラム語が読めない。

3．君は試験に合格できない。
4．シーラーは私ほど速く走れない。
5．私はすべてをタイプすることができない。

用法

能力・許容を表す。

位置

動詞不定詞 ＋ 可能動詞

変化

		単数	複数
1		ಆಪೆನು āpenu	ಆಪೆವು āpevu
2		ಆಪಿ āpi	ಆಪಿರಿ āpiri
3	男性	ಆಪನು āpanu	ಆಪರು āparu
	女性	ಆಪಳು āpaḷu	ಆಪರು āparu
	中性	ಆಪದು āpadu	ಆಪವು āpavu

否定

		単数	複数
1		ಆರೆನು	ಆರೆವು
		ārenu	ārevu
2		ಆರೆ	ಆರಿರಿ
		āre	āriri
3	男性	ಆರನು	ಆರರು
		āranu	āraru
	女性	ಆರಳು	ಆರರು
		āraḷu	āraru
	中性	ಆರದು	ಆರವು
		āradu	āravu

34. bal- 可能動詞

೧. ನಾನಂತು ಎಲ್ಲಿಯದರೂ ಜೀವಿಸಬಲ್ಲೆನು.

೨. ನಾನು ರಾಮನಷ್ಟು ಬೇಗ ಓದ ಬಲ್ಲೆನು.

೩. ನಿಮ್ಮನ್ನು ಬಲ್ಲೆನು.

೪. ನಾನು ಹಿಂದೀ ಬರೆಯಬಲ್ಲೆನು.

೫. ಅವಳು ಚೆನ್ನಾಗಿ ಈಜಬಲ್ಲಳು.

1．私ならどこででも生きていける。

2．私はラーマほど速く走ることができる。

3．あなたを存じ申しています。
4．私はヒンディー語を書くことができる。
5．彼女は上手に泳げる。

用法

知っている状態を表す。

位置

[動詞不定詞] ＋ [可能動詞]

変化

		単数	複数
1		ಬಲ್ಲೆನು ballenu	ಬಲ್ಲೆವು ballevu
2		ಬಲ್ಲಿ balli	ಬಲ್ಲಿರಿ balliri
3	男性	ಬಲ್ಲನು ballanu	ಬಲ್ಲರು ballaru
	女性	ಬಲ್ಲಳು ballaḷu	ಬಲ್ಲರು ballaru
	中性	ಬಲ್ಲದು balladu	ಬಲ್ಲವು ballavu

否定

		単数	複数
1		ಅರಿಯೆನು	ಅರಂಯೆವು
		ariyenu	ariyevu
2		ಅರಿಯೆ	ಅರಿಯರಿ
		ariye	ariyari
3	男性	ಅರಿಯನು	ಅರಿಯರು
		ariyanu	ariyaru
	女性	ಅರಿಯಳು	ಅರಿಯರು
		ariyaḷu	ariyaru
	中性	ಅರಿಯದು	ಅರಿತವು
		ariyadu	ariyavu

35.　動詞的分詞(完了)

೧.　ನಾವು ನಿದ್ರೆಮಾಡಿ, ಊಟ ಮಾಡಿ, ಕೈ ತೊಳೆದು ಕೆಲಸಕ್ಕೆ ಹೋಗುತ್ತೇವೆ.

೨.　ಅವನಿಗೆ ದುಡ್ಡು ಕೊಟ್ಟು ಆ ಪುಸ್ತಕವನ್ನು ತೆಗೆದುಕೊಂಡು ಕಳುಹಿಸು.

೩.　ಸ್ನಾನ ಮಾಡಿ ಬಟ್ಟೆ ಹಾಕಿಕೊಂಡು ಕರೆಯಿರಿ.

೪.　ಹೋಗಿ ಬರುತ್ತೇನೆ.

೫.　ಹಾವು ಕ ಹುಡುಗ ಸತ್ತುಹೋದನು.

೬.　ಮಳೆ ಬಂದು ಕೆರೆ ತುಂಬಿತು.

೭.　ಮಂತ್ರಿಗಳು ಮೇಜನ್ನು ಕುಟ್ಟಿ ಕುಟ್ಟಿ ಭಾಷಣ ಮಾಡಿದರು.

1．私たちは、眠り、食事をとり、手を洗い、仕事に出かける。
2．彼にお金を与え、その本を買って、送らせてくれ。
3．水を浴びて、着衣してから、呼んでください。
4．行ってきます。
5．蛇が噛んで、少年は亡くなった。
6．雨が降り、池が満ちた。
7．大臣たちは演壇を叩き、叩き、演説を行った。

用法

連続する動作・事態において、先行する動作・事態に言及する場合に用いられる。定形動詞は文末の１つのみとなる。異なる動作主をとる場合もある。

位置

［動詞的分詞］＋［（動詞的分詞＋…）］＋［定形動詞］

表示接辞

-u で終わる動詞語幹	-i-
-i / -e で終わる動詞語幹	-du-
不規則動詞	過去語幹＋ -u-

不規則形の形成

①特殊形

ಹೋಗು (hōgu)	行く	hōgi
ಆಗು (āgu)	成る	āgi

②-t- を付加する

ಅರಿ (ari)	知る	aritu
ಅವಿ (avi)	隠す	avitu
ಓ (ō)	愛する	ōtu / ōvitu
ಕಲಿ (kali)	習う	kalitu
ಕೀ (kī)	化膿する	kītu
ಕಳಿ (kaḷi)	捨てる	kaḷitu
ಕುರಿ (kuri)	狙う	kuritu
ಕೊಳೆ (koḷe)	腐敗する	koḷetu
ಚಳಿ (caḷi)	疲れ果てる	caḷitu
ದೊರೆ (dore)	獲得する	doretu
ಬಲಿ (bali)	増える	balitu
ಬೀ (bī)	消える	bītu
ಮರೆ (mare)	忘れる	maretu
ಮಲೆ (male)	反対する	maletu
ಮೊಳೆ (moḷe)	芽が出る	moḷetu

例外：

ಕಾಯು (kāyu)	保護する、待つ	kātu
ಕೋಯು (kōyu)	糸を通す	kōtu / kōdu

ಬಾಯು (bāyu)	腫れる	bātu
ಕವಲ್ (kaval)	枝分かれする	kavaltu
ಬಲ್ (bal)	完全に成長する	baltu
ಮಡಲು (maḍalu)	蔓などが広がる	maḍaltu

③-t- / -d- を付加する

ಅಲ (ale)	揺れる、動く	aletu / aledu
ಕಿಸಿ (kisi)	にやりと笑う	kisitu / kisidu
ಕುಸಿ (kusi)	倒壊する	kusitu / kusidu
ಬಸಿ (basi)	水が湧き出る	basitu / basidu
ಬಿರಿ (biri)	割れる	biritu / biridu
ಬೆಸೆ (bese)	溶接する	besetu / besedu
ಮಸೆ (mase)	研ぐ	masetuu / masedu
ಮುನಿ (muni)	怒る	munitu / munidu
ಸೆಡೆ (seḍe)	硬直する	seḍetu / seḍedu
ಹಸಿ (hasi)	空腹である	hasitu / hasidu
ಹಿಸಿ (hisi)	握りつぶす	hisitu / hisidu
ಹುಸಿ (husi)	嘘をつく	husitu / husidu
ಹೊಸೆ (hose)	かき混ぜる	hosetu / hosedu

④語末音節を -t- に変える

ಆನು (ānu)	背などにもたれる	ātu
ಕೂರು (kūru)	座る	kūtu
ಜೋಲು (jōlu)	ぶら下がる	jōtu
ನಾರು (nāru)	悪臭を放つ	nātu

ನೇಲು (nēlu)	垂れ下がる	nētu
ನೂಲು (nūlu)	紡いで糸にする	nūtu
ನೋನು (nōnu)	誓いを立てる	nōtu
ಸಾಲು (sālu)	借金する	sātu
ಸೀನು (sīnu)	くしゃみする	sītu
ಸೋಲು (sōlu)	敗北する	sōtu
ಹೂಳು (hūḷu)	埋葬する	hūtu
ಹೇಲು (hēlu)	排便する	hētu
ಹೋಲು (hōlu)	似る	hōtu

例外：

ಬೆವರು (bevaru)	汗をかく	bevartu

⑤語末音節を -tt- に変える

ಆಸರು (āsaru)	疲れる	āsattu
ತೆರು (teru)	税などを払う	tettu
ತೆಪ್ಪರು (tepparu)	意識を回復する	teppattu
ಮಿದಿ (midi)	こねる	mittu
ಹೊರು (horu)	背負う	hottu
ಅಳು (aḷu)	泣く	attu
ಉಳು (uḷu)	耕す	uttu
ಕೀಳು (kīḷu)	根元から引き抜く	kīttu
ಹೆರು (heru)	子を産む	hettu

例外：語頭長母音を短母音化し、語末音節を -tt- に変える

ಈ (ī)	与える	ittu
ಬೀಳು (bīḷu)	落ちる	biddu
ಸಾಯು (sāyu)	亡くなる	sattu

⑥語末音節を -nt- に変える

ನಿಲ್ಲು (nillu)	立つ	nintu

⑦-d- を付加する

ಇಳಿ (iḷi)	降りる	iḷidu
ಉಳಿ (uḷi)	生き残る	uḷidu
ಎಸೆ (ese)	矢などを放つ	esedu
ಎಳೆ (eḷe)	引っ張る	eḷedu
ಕರೆ (kare)	呼ぶ	karedu
ತಿಳಿ (tiḷi)	知られる	tiḷidu
ನುಸಿ (nusi)	無理矢理に入り込む	nusidu
ಬಡಿ (baḍi)	打つ	baḍidu

例外：

ಆಯು (āyu)	集める	āydu
ಈನು (īnu)	動物が子供を産む	īdu
ಕಾಯು (kāyu)	保護する、待つ、熱くなる	kādu / kāydu
ಕೊಯ್ಯು (koyyu)	切る	koydu
ತೇಯು (tēyu)	擦る	tēydu / teydu
ತೋೕ (tō)	濡れる	tōyidu / toydu

ತೋಯು (tōyu)	濡れる	tōyidu / toydu
ತೊಯ್ಯು (toyyu)	濡れる	toyidu / toydu
ನೇಯು (nēyu)	織る	nēdu / neydu
ಬಯ್ಯು (bayyu)	罵る	baydu
ಮಾಯು (māyu)	癒す	mādu / māydu
ಮೇಯು (mēyu)	草を食む	mēdu / mēydu

⑧語末音節を -dd- に変える

ಇರು (iru)	いる	iddu
ಕಳು (kaḷu)	盗む	kaddu
ಗೆಲ್ಲು (gellu)	勝つ	geddu
ಮೆಲ್ಲು (mellu)	もぐもぐ食む	meddu
ಒದೆ (ode)	蹴る	oddu
ಕದಿ (kadi)	盗む	kaddu
ಹೊದಿ (hodi)	体を覆う	hoddu

例外：語頭長母音を短母音化し、語末音節を -dd- に変える

ಏಳು (ēḷu)	起き上がる	eddu
ಬೀಳು (bīḷu)	落ちる	biddu

⑨第２音節を -nd- に変える

ತರು (taru)	持ってくる、連れてくる	tandu
ಬರು (baru)	来る	bandu
ಅನ್ನು (annu)	言う	andu
ಎನ್ನು (ennu)	言う	endu

ಉಣ್ಣು (uṇṇu)	食べる	uṇḍu
ತಿನ್ನು (tinnu)	食べる	tindu
ಸಲ್ಲು (sallu)	行く、必要な	sandu (sal-d > san-d)
ಕೊಲ್ಲು (kollu)	殺す	kondu (kol-d > kon-d-)
ಕೊಳ್ಳು (koḷḷu)	手に取る	koṇḍu (kol-d > kon-d-)

例外：語頭長母音を短母音化し、語末音節を -nd- に変える

ನೋಯು (nōyu)	体などが痛む	nondu
ಬೇಯು (bēyu)	炊ける、焼ける	bendu
ಮೀಯು (mīyu)	沐浴する	mindu
ಕಾಣು (kāṇu)	見る	kaṇḍu

⑩語末の -ḍu を -aṭṭ- に変える

ಅಡು (aḍu)	料理する	aṭṭu
ಇಡು (iḍu)	置く	iṭṭu
ಉಡು (uḍu)	着る	uṭṭu
ಕೆಡು (keḍu)	悪くなる	keṭṭu
ಕೊಡು (koḍu)	与える	koṭṭu
ತೊಡು (toḍu)	身に着ける	toṭṭu
ನಡು (naḍu)	植える	naṭṭu
ಪಡು (paḍu)	得る	paṭṭu
ಬಿಡು (biḍu)	捨てる	biṭṭu
ಮಡು (maḍu)	強める	aṭṭu
ಸುಡು (suḍu)	燃やす	suṭṭu
ಹೊರಡು (horaḍu)	出発する	horaṭṭu

ಬಿಸುಡು	(bisuḍu)	投げうつ	bisuṭu
ಬಿಸಾಡು	(bisāḍu)	投げうつ	bisāṭu

⑪語末の -gu を -kku- に変える

ಉಗು	(ugu)	流す	ukku
ಒಗು	(ogu)	流れ出す	okku
ತಗು	(tagu)	相応しい	takku
ನಗು	(nagu)	笑う	nakku
ಬಿಗು	(bigu)	膨らむ	bikku
ಮಿಗು	(migu)	増大する	mikku
ಸಿಗು	(sigu)	手に入る	sikku
ಹೊಗು	(hogu)	入る	hokku

⑫語末の -ru を -rt- に変える

ಕೊನರು	(konaru)	芽を出す	konartu
ಚಿಗುರು	(ciguru)	若芽を出す	cigurtu
ತಳಿರು	(taḷiru)	新芽を出す	taḷirtu
ಮಿಳಿರು	(miḷiru)	繁栄する	miḷirtu
ಬೆವರು	(bevaru)	汗をかく	bevartu

36. 動詞的分詞・否定

೧. ಯಾರಿಗೂ ಹೇಳದೆ ಯಾಕೆ ಬಂದೆ?

೨. ಈ ಕಾಗದ ಪೋಲಿಸರ ಕೈಗೆ ಸಿಗದೆ ಇರಲು ನಾನು ಬಹಳ ಪ್ರಯತ್ನ ಪಟ್ಟೆನು.

೩. ಸ್ಮಿತಾ ಚೆನ್ನಾಗಿ ಕನ್ನಡ ಕಲಿಯದೆ ಬೆಂಗಳೂರಿಗೆ ಬಂದಳು.

೪. ಕೈ ತೊಳೆಯದೆ ಊಟ ಮಾಡ ಬೇಡ.

೫. ನೀನು ಅಲ್ಲಿಗೆ ಹೋಗದೆ ನಾನು ಹೋಗುತ್ತೇನೆ.

೬. ಪ್ರಯಾಣಿಗಳು ಹಣ್ಣುಗಳನ್ನು ಸವಿಯದೆ ನೀರನ್ನು ಕುಡಿದರು.

1. 誰にも告げず、何故来たの。
2. この手紙が警察の手に渡らないよう、私は大層努力した。
3. スミターはよくカンナダ語を学ばないで、バンガロールにやってきた。
4. 手を洗わずに食事をしてはいけません。
5. 旅人たちは果物を味わわず、水を飲んだ。

用法

動詞的分詞の否定を表す。異なる動作主をとる場合もある。肯定形のような時制の区別はなく、区別の必要のある場合は、baruttā illade, bandu illadeのように、iruの否定語幹を付加する。

位置

動詞語幹 + ade

表示接辞

-u で終わる動詞語幹　　　-ade-

-i / -e で終わる動詞語幹　　-yade-

37. 動詞的分詞（未完了）

೧. ಮಗು ನಗುತ್ತಾ ಹೊರಟು ಹೋಯಿತು.

೨. ಬರುತ್ತಾ ಬರುತ್ತಾ ದಾರಿಯಲ್ಲಿ ಒಂದು ಗೂಬೆ ಕಾಣಿಸಿತು.

೩. ಛತ್ರಿಯನ್ನು ಬೀಸುತ್ತಾ ರಾಮ ಒಳಗೆ ಬಂದನು.

೪. ಮಣಿ ಸಿಳ್ಳು ಹಾಕುತ್ತಾ ಕುಣಿಯುತ್ತಾ ಹೊರಟು ಹೋದಳು.

೫. ಜಪಮಾಡುತ್ತಾ ದೇವಾಲಯ ಸೇರು.

1. 少年は笑いながら出て行った。
2. やってくるうちに道にフクロウが見えた。
3. 傘を振りながら、ラーマが中に入ってきた。
4. マニは口笛を吹き、体を揺すりながら出て行った。
5. お祈りをしながら、寺院に入りなさい。

用法

定形動詞によって表される動作・事態に同時進行する動作・事態・行為に言及する場合に用いられる。定形動詞は文末の１つのみとなる。異なる動作主をとる場合もある。

位置

| 動 詞 語 幹 | + | 現 在 時 制 表 示 接 辞 | + ā

表示接辞

-u で終わる動詞語幹　　　-ttā-

-i / -e で終わる動詞語幹　　-yuttā-

38. 分詞名詞

೧. ಮನುಷ್ಯರ ಗುಣವನ್ನು ಹಾಳುಮಾಡುವುದು ಪಾಪವೇ.

೨. ಲೀಲಾ ಬರುವುದಕ್ಕಿಂತ ಮುಂಚೆ ನಾವು ಊರಿಗೆ ಹೋಗೋಣ.

೩. ತನ್ನ ಪ್ರಯತ್ನ ತಾನು ಮಾಡುವುದು.

೪. ವ್ಯಾಪಾರ ನಡೆಯಿಸುವವನು.

೫. ಲೆಕ್ಕಮಾಡುವುದರಲ್ಲಿ ಸಮರ್ಥನಾಗಿರಬೇಕಾದುದು ಆವಶ್ಯಕವಲ್ಲವೇ?

೬. ಹುಡುಗರು ಗಂಟೆ ತವಕದಿಂದ ಎದುರುನೋಡುತ್ತಿದ್ದರು,

ಹೊಡೆಯುವುದನ್ನು.

೭. ಏನು ಮಾಡುವುದು?

೮. ರಾಜು ಜಾನಕಿಗೆ ಹಣ ಕೊಡುವುದು ಯಾರಿಗೂ ಇಷ್ಟ ಆಗಲಿಲ್ಲ.

೯. ನೀವು ಅಲ್ಲಿಗೆ ಹೋಗುವುದು ಚೆನ್ನಾಗಿ ಕಾಣಲ್ಲ.

೧೦. ಸೀಮಾ ಸಿಗರೇಟು ಸೇದಿದುದು ನಿಜ.

೧೧. ಈ ಪುಸ್ತಕ ಕೊಂಡಿದುದು ರಂಗಾನಾ?

೧೨. ಈ ಸಮಸ್ಯೆ ಹೇಗೆ ಬಗೆಹರಿಯುವುದು?

೧೩. ಯಾರು ಇಲ್ಲಿಗೆ ಬರುವುದು ಒಳ್ಳೆಯದು?

೧೪. ಗುರು ಯಾರೊಡನೇಯೋ ತಂಗಿರುವುದು ಪೋಲೀಸರ ಗಮನಕ್ಕೆ ಬಂದಿದೆಯಾ?

೧೫. ಉಷಾ ಇನ್ನೂ ಹಿಂತಿರುಗದಿರುವುದು ಆಶ್ಚರ್ಯ.

೧೬. ಅಲ್ಲಿರುವುದು ವಸಂತನ ಕೃತಿ.

೧೭. ಮಕ್ಕಳನ್ನು ಹೊಡೆಯುವುದು ತಪ್ಪು.

೧೮. ಊರಿನ ಒಳಗಿನಿಂದ ಹೋಗುವುದು ಬೇಡ.

೧೯. ನಿಮ್ಮ ಆರೋಗ್ಯಕ್ಕೆ ಕೂಡಲೆ ಪತ್ರ ಬರೆಯುವುದು.

೨೦. ನಿನ್ನನ್ನು ನೋಡಲಿಕ್ಕೆ ಬಂದೆನು.

೨೧. ನೀವು ಸಮುದ್ರದ ತೀರದಲ್ಲಿ ತಿರುಗಾಡುತ್ತಿರುವಾಗ ಬೆಸ್ತರು ಬಲೆ ಬೀಸುವುದನ್ನು ನೋಡಿದಿರಾ?

1．人間が徳を滅するは罪なり。
2．リーラーが来る前に村に行きましょう。
3．自らの努力を自ら行うこと。
4．商売を生業とするものは、計算において熟練しているということは必要であろうか。
5．子供たちは、鐘がなるのを時を遅しと待っている。
6．どうしましょう（どうしようもない）。
7．ラージュがジャナキにお金を与えたことは誰にもよく思われなかった。
8．あなたがそこへ行くことに正当な理由はない。
9．シーマーが煙草を吸うのはよしとしよう。
10．この本を与えたのはランガーですか。
11．この問題はどのように解決できるだろうか。
12．誰がここへ来るのがよいか。
13．グルが誰といるのかを警察が知っているのだろうか。
14．ウシャーが未だ戻らないのは驚きだ。
15．あそこにあるのは、ワサンタの作品だ。
16．子供たちを叩くのはよくない。
17．村から外に出てはいけない。
18．あなたが元気でいることをすぐに書きなさい。
19．君に会いに来ました。
20．あなたが海辺を歩いているとき、漁師が網を打つのを見ましたか。

用法

動詞の意味内容を表す。英語の動名詞に相当する。名詞と同様の格表示接辞を取ることができる。

位置

[動詞語幹] + [中性分詞名詞表示接辞] + [(格表示接辞)] + [(助動詞)]

表示接辞

-u で終わる動詞語幹	-vudu-
-i / e で終わる動詞語幹	-yuvudu-

39. 否定形・非過去時制

೧. ಅವನು ಬರುತ್ತಾನೆ ಅಂತ ಅನ್ನಿಸುವುದಿಲ್ಲ.

೨. ಯಾರೂ ಬರುವುದಿಲ್ಲವೇ?

೩. ಮಾವಿನ ಮರದಲ್ಲಿ ಹಣ್ಣು ಸಿಕ್ಕುತ್ತದೆ; ಮುಳ್ಳಿನ ಗಿಡದಲ್ಲಿ ಸಿಕ್ಕುವುದಿಲ್ಲ.

೪. ಮೂಢರು ವಿವೇಕಿಗಳ ಮಾತನ್ನು ಕೇಳುವುದಿಲ್ಲ.

೫. ರಾಮ ದಿನಾ ಶಾಲೆಗೆ ಹೋಗುವುದಿಲ್ಲ.

೬. ನಾವು ಇಂಗ್ಲೀಷ್ ಪೇಪರ್ ತರಿಸುವುದಿಲ್ಲ.

೭. ನೀನು ವಾರಪತ್ರಿಕೆ, ಮಾಸಪತ್ರಿಕೆ ಯಾವುದನ್ನು

ಮಾರಲ್ಲವಾ?

೮. ಹೇಮಂತ ಕೆಲಸ ಮಾಡಲ್ಲ.

೯. ಸುಲೋಚನ ನಮ್ಮ ಮನೆಗೆ ಬರಲ್ಲ.

೧೦. ಗೀತನ ನಾಯಿ ಹಾಲು ಕುಡಿಯಲ್ಲ.

1. 彼が来るとは思われない。
2. 誰も来ないのですか。
3. マンゴーは木に実はなるが、棘のある木にはならない。
4. 愚か者は賢者に耳を貸さない。
5. ラーマは毎日学校へ行かない。
6. 私たちは英語の新聞を配っていません。
7. 君は、週刊誌や月刊誌をとっていないのですか。
8. エーマンタは仕事をしない。
9. スロージャナは私たちの家に来ない。
10. ギータの犬はミルクを飲まない。

用法

非過去時制の否定を表す。

位置

[３人称単数中性分詞名詞] / [動 詞 語 幹] + illa

40. 否定形・過去時制

೧. ಗುಂಪಿನಲ್ಲಿ ಇವನು ಸೇರಲಿಲ್ಲ.

೨. ಆಳು ಗಾಡಿಗೆ ಎತ್ತುಗಳನ್ನು ಕಟ್ಟಲಿಲ್ಲ.

೩. ಸಿಟಿಗೆ ಹೋಗಲಿಲ್ಲವಾ?

೪. ಯಾವ ಸಿನಿಮಾನೂ ನೋಡಲಿಲ್ಲ.

೫. ರಾಗಿಣಿ ಹೊಸ ಸೀರೆ ಕೊಳ್ಳಲಿಲ್ಲ.

೬. ಯಾಕೆ ಬರಲಿಲ್ಲ?

1. 群集に彼は加わらなかった。
2. 召し使いは車に牛を括らなかった。
3. 町へ行かなかったのですか。
4. どんな映画も見なかった。
5. ラーギニは新しいサリーを買わなかった。
6. どうして来なかったのですか。

用法

過去時制の否定を表す。

位置

| 不 定 詞 | + illa

41. 非人称動詞 (ಬೇಕು-1)

೧. ನನಗೆ ಇಂಥ ಪುಸ್ತಕ ಬೇಕು.

೨. ನಮಗೆ ಕೋಳಿಮಾಂಸ ಬೇಕು.

೩. ಅವರಿಗೆ ತಿಂಡಿಗೆ ಹಣ ಬೇಕು.

೪. ಅದಕ್ಕೆ ಹಣ ಎಷ್ಟು ಬೇಕು?

೫. ನನಗೆ ದೀಪಾವಳಿ ಹಬ್ಬಕ್ಕೆ ಹೊಸ ಬಿಳಿ ಲಂಗ ಬೇಕು.

೬. ನನಗೆ ಸ್ವಲ್ಪ ಸಕ್ಕರೆ ಬೇಕಿತ್ತು.

೭. ಈ ಕಾಯಿಲೆಯ ಮನುಷ್ಯನಿಗೆ ಇನ್ನೂ ವಿಶ್ರಾಂತಿ ಬೇಕು.

1. 私にこのような本が必要だ。
2. 私たちは鶏肉がほしい。
3. 彼には軽食の金が要る。
4. それにはいくら必要か。
5. 私は、ディーパーヴァリの祭りのために新しい白の（上に着る）スカートが要る。
6. 私には少し砂糖は必要になった。
7. この病人には、まだ休息が必要だ。

用法

名詞句を支配し、①必要 ②要求・要望を表す。

位置

意味上の主語(為格) + 目的語(主格) + bēku

42. 非人称動詞 (ಬೇಕು-2)

೧. ಅವನು ಹತ್ತು ರೂಪಾಯಿ ಕೊಡಬೇಕು.

೨. ನೀವು ಕೂಡಲೆ ಬರಬೇಕು ಅಂತ ತಿಳಿಸಿದ್ದಾರೆ.

೩. ನಾನು ನಾಳೆ ಒಳಗೆ ಈ ಕೆಲಸ ಮುಗಿಸಬೇಕು.

೪. ಪಾಠದ ಕಾಲದಲ್ಲಿ ಪಾಠಗಳ ಮೇಲೇಯೇ ಗಮನವಿಡಬೇಕು.

೫. ಈ ಕಾಗದ ಕೈಸೇರಿದ ಕೂಡಲೆ ನೀನು ನಮಗೆ ಬರಬೇಕಾದ ಹಣವನ್ನು ಹಿಂತಿರುಗಿಸತಕ್ಕದು.

೬. ಅವನು ನಾಳೆ ಬರಬೇಕಾಗುತ್ತದೆ.

1. 彼が10ルピー与えねばならない。
2. あなたはすぐ来なければならないと、知らせてくれました。
3. 私は明日中にこの仕事を終えなければならない。
4. 学校では学科に専念することが必要だ。
5. この手紙を見たら直ぐ、あなたは私たちに必要なお金を返さねばならない。
6. 彼は明日来なければならなくなった。

用法

動詞句を支配し、①必要・義務 ②要求・要望を表す。

位置

| 意味上の主語(主格) | + | 不 定 詞 | + bēku |

43. 非人称動詞 (ಬೇಡ-1)

೧. ನನಗೆ ಏನೂ ಬೇಡ.

೨. ನನ್ನ ಹೆಂಡತಿಗೆ ಬಾಂಬೆ ಊಟ ಬೇಡ.

೩. ನನಗೆ ಇನ್ನು ಪಾಯಸ ಬೇಡ.

೪. ಅರ್ಪಿತಾಗೆ ಆ ಮ್ಯಾಕ್ಸಿ ಬೇಡ.

೫. ಅವರಿಗೆ ಈ ಪುಸ್ತಕ ಬೇಡ್ವಾ?

೬. ನೀವು ಬಿಲ್ಲು ಕೊಡುವುದು ಬೇಡ.

1. 私は何も要らない。
2. 私の妻はボンベイ食が要らない。
3. 私はもう少しパーヤサがほしい。
4. アルピターは、そのマキシを必要としない。
5. 彼にはその本は要らないのか。
6. あなたは勘定書を与える必要がない。

用法

①不必要 ②要求・要望の不在を表す。

位置

意味上の主語(為格) + 目的語(主格) + bēḍa

44. 非人称動詞 (ಬೇಡ-2)

೧. ಸುಳ್ಳಾಡಬೇಡ.

೨. ಕಾಲವನ್ನು ಸುಮ್ಮನೆ ಕಳೆಯಬೇಡಿರಿ.

೩. ಆ ಕಡೆ ಹೋಗಬೇಡ.

೪. ನೀನು ನನ್ನ ಕ್ಲಾಸಿಗೆ ಬರಬೇಡ.

೫. ದೇವರೇ, ನಮ್ಮನ್ನು ದಂಡಿಸಬೇಡ.

1. 嘘をついてはならない。
2. 時を無為に過ごされないように。
3. そっちに行ってはいけない。
4. 君は私のクラスに来てはいけない。
5. 神よ。私たちに罰をお与えになりませんように。

用法

動詞句を支配し、①不必要 ②禁止を表す。

位置

意味上の主語(主格) + 不 定 詞 + bēḍa

45. 非人称動詞 (ಬಹುದು)

೧. ಆ ಪುಸ್ತಕ ಅವನಿಗೆ ಕೊಡಬಹುದು.

೨. ನಾನು ನಾಳೆ ನಿನಗೆ ಸಿಗಬಹುದು.

೩. ಅವನು ಇವತ್ತು ಬರಬಹುದು.

೪. ಮಕ್ಕಳು ತಂದೆತಾಯಿಗಳನ್ನು ತಾತ್ಸಾರ ಮಾಡಬಹುದೋ?

೫. ಎಲ್ಲರೂ ಈ ಸಮಾಚಾರವನ್ನು ಕೇಳಿರಬಹುದು.

೬. ನಾನು ರಾಯಭಾರಿಯ ಮನೆಗೆ ಹೋಗಬಹುದು.

1. その本を彼に与えてもよい。
2. 明日、あなたにお会いできます。
3. 彼は今日、来るかもしれない。
4. 子供たちは親の言葉を軽んじてよいものか。
5. みんな、このニュースを聞いているかもしれない。
6. 私は議員の家に行く可能性がある。

用法

動詞句を支配し、①可能性・蓋然性 ②許可を表す。

位置

意味上の主語(主格) + 不 定 詞 + bahudu

46. 非人称動詞 (ಬಾರದು)

೧. ಇಲ್ಲಿ ಆಟಾಡಬಾರದು.

೨. ಇಲ್ಲಿ ಉಚ್ಚೆ ಹೊಯ್ಯಬಾರದು.

೩. ತರಕಾರಿಗಳನ್ನು ತೊಳೆಯದೆ ತಿನ್ನಬಾರದು.

೪. ಅಧಿಕಾರಿಗಳು ಲಂಚ ತೆಗೆದುಕೊಳ್ಳಬಾರದು.

೫. ಮಕ್ಕಳು ದಿನಾ ಸಿನಿಮಾ ನೋಡಬಾರದು.

೬. ಅವನು ತನ್ನ ಸ್ಥಳವನ್ನು ಬಿಟ್ಟು ಬೆಂಗಳೂರಿಗೆ ಬರಬಾರದು.

೭. ಥಿಯೇಟರಿನಲ್ಲಿ ಧೂಮಪಾನ ಮಾಡಬಾರದು.

1. ここで遊んではいけない。
2. ここでおしっこをしてはいけない。
3. 野菜を洗わずに食べてはいけない。
4. 官吏は賄賂をとってはいけない。
5. 子供が毎日映画に行ってはいけない。
6. 彼は自らの地位を捨てバンガロールに来てはいけない。
7. 劇場で煙草を吸ってはいけない。

用法

動詞句を支配し、禁止を表す。

位置

意味上の主語(主格) + 不定詞 + bāradu

47. 非人称動詞 (ಕೂಡದು)

೧. ನೀವು ಅವರ ಮನೆಗೆ ಹೋಗಕೂಡದು.

೨. ಮಾಂಸವನ್ನು ತಿನ್ನಕೂಡದು.

೩. ನೀನು ಆ ಹುಡುಗಿಯನ್ನು ನೋಡಕೂಡದು.

೪. ಮಕ್ಕಳು ಸಿಗರೇಟ್ ಸೇದಕೂಡದು.

೫. ಜೋಡು ಹಾಕಿಕೊಂಡು, ಗುಡಿಯೊಳಗೆ ಹೋಗಕೂಡದು.

೬. ದೊಡ್ಡವರು ಮಾತನಾಡುವಾಗ ನಾವು ಮಾತನಾಡಕೂಡದು.

1. あなたは彼の家に行ってはいけない。
2. 肉を食べてはいけない。
3. 君はその少女に会ってはいけない。
4. 子供が喫煙してはいけない。
5. 靴を履いて寺院に入ってはいけない。
6. 目上の方が話している間、私たちは喋ってはいけない。

用法

動詞句を支配し、禁止を表す。

位置

[意味上の主語(主格)] + [不 定 詞] + kūḍadu

48. 非人称動詞 (ಗೊತ್ತು, ಗೊತ್ತಿಲ್ಲ)

೧. ನನಗೆ ವೆಂಕಟೇಶ್ ಗೊತ್ತು.

೨. ಇವನಿಗೆ ಹಿಂದಿ ಗೊತ್ತು.

೩. ನನಗೆ ಪ್ರಭಾ ಸಿನಿಮಾ ಗೊತ್ತು.

೪. ನಿಮಗೆ ಮಾನಸಗಂಗೋತ್ರಿ ಗೊತ್ತಾ?

೫. ಇಡೀ ಪ್ರಪಂಚಕ್ಕೆ ಗೊತ್ತು ಅವನು ಲಂಚ ತೆಗೆದುಕೊಳ್ಳುವ ವಿಚಾರ.

೬. ಅವರಿಗೆ ತಮಿಳು ಗೊತ್ತಿಲ್ಲ.

೭. ಮನೋಹರಿಗೆ ಕನ್ನಡ ಗೊತ್ತಿಲ್ಲ.

೮. ಕಾಮಾಕ್ಷಮ್ಮನಿಗೆ ಏನೂ ಗೊತ್ತಿಲ್ಲ.

೯. ನಿನಗೆ ಎಸ್.ಆರ್.ಎಲ್.ಸಿ. ಪ್ರಿನ್ಸಿಪಾಲ್ ಗೊತ್ತಿಲ್ವಾ?

1．私はヴェンカテーシュを知っている。

2．彼はヒンディー語を知っている。

3．私はプラバーシネマを知っている。

4．マーナサガンゴトリーをご存知ですか。

5．彼が賄賂をもらっていることは世界の誰もが知っている。

6．彼はタミル語を知らない。
7．マナーハリはカンナダ語を知らない。
8．カーマクシアンマは何も知らない。
9．君はＳＲＬＳの校長を知っているか。

用法

gottu は、本来、名詞で「知識」を意味するが、動詞的に用いられる。否定形は illa を付加する。

位置

| 意味上の主語(為格) | + | 目的語(主格) | + gottu / gottilla

49. 非人称動詞 (ಸಾಕು, ಸಾಲದು / ಸಾಲಲ್ಲ)

೧. ನನಗೆ ಈ ಮನೆ ಸಾಕು.

೨. ಕುಬೇರಪ್ಪನಿಗೆ ತಿಂಗಳಿಗೆ ನೂರು ರೂಪಾಯಿ ಸಾಕು.

೩. ಇವನಿಗೆ ವಡೆ ಸಾಂಬಾರ್ ಎರಡು ಪ್ಲೇಟು ಸಾಕಾ?

೪. ನನಗೆ ಅರ್ಧ ಕೇಜಿ ಉಪ್ಪು ಸಾಲದು.

೫. ನಮಗೆ ಮೂರು ಇಡ್ಲಿ ಸಾಲಲ್ಲ.

೬. ನನಗೆ ದಿನಕ್ಕೆ ಇಪ್ಪತ್ತುನಾಲ್ಕು ಗಂಟೆ ಸಾಲದು.

1．私にはこの家で十分だ。
2．クベーラッパには、月 100 ルピーで十分です。

3．彼には、ワダ・サンバール２皿で十分ですか。
4．私には、半キロの塩では不十分だ。
5．私たちには、３つのイドィリでは不十分だ。
6．私には１日 24 時間では足りない。

用法

質・量が十分であることを表す。否定形は sāladu または sālalla となる。

位置

意味上の主語（為格）＋目的語（主格）＋ sāku, sāladu / sālalla

50. 非人称動詞 (ಇಷ್ಟ, ಇಷ್ಟ ಇಲ್ಲ)

೧. ರವಿಗೆ ಕಥೆ ಪುಸ್ತಕ ಇಷ್ಟ.

೨. ಅವಳಿಗೆ ಚಪಾತಿ ಇಷ್ಟ.

೩. ಲಲಿತಳಿಗೆ ಹಿಂದಿ ಸಿನಿಮಾ ಇಷ್ಟಾನಾ?

೪. ನನಗೆ ಉಪ್ಪಿನ ಕಾಯಿ ಇಷ್ಟ ಇಲ್ಲ.

೫. ಮಧುವಿಗೆ ಹಳದಿ ಸೀರೆ ಇಷ್ಟ ಇಲ್ಲ.

೬. ನಿಮಗೆ ಚಪಾತಿ ಇಷ್ಟಾನೋ ಪೂರಿ ಇಷ್ಟಾನೋ?

1．ラヴィは物語本が好きだ。
2．彼女はチャパティが好きだ。

3．ラリタはヒンディー語の映画が好きですか。
4．私はピクルスが好きではない。
5．マドゥは黄色のサリーが好きではない。
6．チャパティとプーリとどちらがお好きですか。

用法

好き嫌いを表す。本来はサンスクリットの過去分詞である。否定形は iṣṭa illa となる。

位置

意味上の主語（為格） + 目的語（主格） + iṣṭa / iṣṭa illa

51. 条件形

೧. ಚೆನ್ನಾಗಿ ಓದಿದರೆ ಒಳ್ಳೆ ಕೆಲಸ ಸಿಗುತ್ತದೆ.

೨. ಆಕಾಶದ ಕಡೆ ನೋಡುತ್ತಾ ನಡೆದರೆ ಗುಂಡಿಯಲ್ಲಿ ಬೀಳುತ್ತೀಯ.

೩. ವೆಂಕಟೇಶ್ ಲಾಟರಿಯಲ್ಲಿ ಬಹುಮಾನ ಗೆದ್ದರೆ ನಿನಗೆ ಸ್ವೀಟ್ ಕೊಡಿಸುತ್ತಾನೆ.

೪. ನಾಳೆಯೊಳಗೆ ಸಾಲ ತೀರಿಸಿದರೆ ಸರಿ.

೫. ಹೋಗುವುದಾದರೆ ನಾನು ಬರುವುದಕ್ಕೆ ತಯಾರು, ನೀವು ಕರೆದುಕೊಂಡು.

೬. ಮಳೆ ಬಂದರೆ ಒಳಗೆ ಹೋಗೋಣ.

೭. ಯೂನಿವರ್ಸಿಟಿ ಹತ್ತಿರದಲ್ಲೇ ರೂಮು ಮಾಡಿಕೊಂಡರೆ ನಡೆದೇ ಹೋಗಬಹುದು.

೮. ನೀನು ಪರೀಕ್ಷೇಯಲ್ಲಿ ಉತ್ತೀರ್ಣ ಆದರೆ ಏನು ಮಾಡಬೇಕು ಅಂತ ಇದೀಯಾ?

೯. ಯೂನಿವರ್ಸಿಟಿ ಹಾಸ್ಟೆಲಿಗೆ ಸೇರಿಕೊಂಡರೆ ತುಂಬಾ ಖರ್ಚು ಆಗುತ್ತದೆ.

೧೦. ರೂಮು ಮಾಡಿದರೆ ದಿವಸ ಬಸ್ಸಿನಲ್ಲಿ ಹೋಗಿ ಬರಬೇಕಾ?

1．しっかり勉強すれば、いい仕事が得られる。

2．空を見ながら歩いていたら、穴に落ちてしまう。

3．ヴェンカテーシュが籤で当たったら、君にお菓子を買ってくれるよ。

4．明日までに、借金を返してくれたら、それでいい。

5．迎えに来てくださるんであれば、参る用意があります。

6．雨が降ってきたら、中に入ろう。

7．大学の近くに部屋が得られたら、歩いて通学できる。

8．君は試験に合格したら、何をしたいと思っていますか。

9．大学の寮に入ったら、すごくお金がかかるよ。

10．部屋が得られたら、毎日バスで通学する必要がありますか。

用法

条件・前提を表す。

位置

[過 去 語 幹] + are

52. 否定条件形

೧. ನೀವು ಬರದೇ ಇದ್ದರೆ ಅವನು ಬರಲ್ಲ.

೨. ಹತ್ತು ಗಂಟೆ ಬಸ್ಸು ಬರದೆ ಇದ್ದರೆ ಶಾಲೆಗೆ ಹೋಗುವುದು ತಡ ಆಗುತ್ತದೆ.

೩. ನೀನು ಬರದೆ ಇದ್ದರೆ ನಾನು ಸಿನಿಮಾಗೆ ಹೋಗಲ್ಲ.

೪. ನೀನು ಆ ಕೆಲಸ ಮಾಡದೆ ಇದ್ದರೆ ಒಳ್ಳೆಯದು.

೫. ನಿಮಗೆ ಒಂದನೇ ತಾರೀಕು ಸಂಬಳ ಕೊಡದೆ ಇದ್ದರೆ ಬೇಜಾರಾಗುತ್ತದೇಯಾ?

1. あなたがいらっしゃらないなら、彼は来ない。
2. 10時にバスが来なかったら、学校に遅れてしまう。
3. 君が来ないなら、私は映画に行かない。
4. 君がその仕事をしないならいいことだ。(しないほうがいい)
5. 一日目に給料を出さないと悪く思うかい。

用法

条件・前提の否定を表す。

位置

| 否定動詞的分詞 | + iru の条件形 (iddare)

53. 関係節(肯定形)

೧. ಇದು ಅವನು ಮಾಡಿದ ಕೆಲಸ.

೨. ಇದು ಆ ಮಗುವನ್ನು ಕಡಿದ ನಾಯಿ.

೩. ಮನೆಯ ಪಕ್ಕದಲ್ಲಿ ಇರುವ ಕಾರು ಅವಳದು.

೪. ನೀವು ಕೊಂಡ ಪುಸ್ತಕ ಎಲ್ಲಿದೆ?

೫. ನಾನು ಸೈಕಲ್ಲು ಮಾರಿದ ಹುಡುಗಿ ತುಂಬಾ ಜಾಣೆ.

೬. ಸುಂದರ ಹುಟ್ಟಿದ ವರ್ಷ ತುಂಬಾ ಮಳೆ ಬಂತು.

೭. ಅವನು ಮೊಳೆ ಹೊಡೆದ ಸುತ್ತಿಗೆ ಕೊಡು.

೮. ನೀವು ಹೋಗುವ ಸ್ಥಳಗಳ ಹೆಸರು ಬೇಲೂರು ಮತ್ತು ಹಳೇಬೀಡು.

೯. ಬೇಲೂರಿನಲ್ಲಿರುವ ದೇವಸ್ಥಾನದ ಹೆಸರು ಚೆನ್ನಕೇಶವ ದೇವಸ್ಥಾನ.

೧೦. ಬೇಲೂರಿನ ದೇವಸ್ಥಾನವನ್ನು ಕಟ್ಟಿಸಿದ ರಾಜನ

ಹೆಸರು ಹೊಯ್ಸಳ ವಿಷ್ಣು ವರ್ಧನ.

೧೧. ನಿನ್ನೆ ಸಾಯಂಕಾಲ ನಿಮ್ಮನ್ನು ನೋಡಲು ಬಂದಿದ್ದ ಹುಡುಗ ಯಾರು?

೧೨. ನೀವು ಮಾಡುತ್ತಾ ಇರುವ ಕೆಲಸ ಏನು?

೧೩. ಕಾಮಾಕ್ಷಿ ಆಳನ್ನು ಕಳುಹಿಸಿದ ಅಂಗಡಿಯಲ್ಲಿ ಯಾರೂ ಇರಲಿಲ್ಲ.

೧೪. ನೀವು ನನಗೆ ತಿಳಿಸಿದ ಸಂಗತಿಯನ್ನು ನಾನು ಯಾರಿಗೂ ತಿಳಿಸಲಿಲ್ಲ.

೧೫. ಆವಿಯಲ್ಲಿ ಬೇಯಿಸಿದ ಆಹಾರ ಆರೋಗ್ಯಕ್ಕೆ ಒಳ್ಳೆಯದು.

೧೬. ಇಡೀ ಪ್ರಪಂಚಕ್ಕೆ ಗೊತ್ತು ಅವನು ಲಂಚ ತೆಗೆದುಕೊಳ್ಳುವ ವಿಚಾರ.

1. これは彼がした仕事だ。
2. これはその少年を嚙んだ犬だ。
3. 家の近くにある車は彼女のだ。
4. あなたにいただいた本はどこですか。
5. 私が自転車を売った少年は聡明だ。
6. スンダラが生まれた年は、雨がとても多かった。
7. 彼が釘を打った槌を貸してくれ。
8. あなたがいらっしゃる町の名前はベールールとハレービードゥです。
9. ベールールにある寺院の名前はチェンナケーシュワル寺院

です。

10. ベールールの寺院を建立した王の名は、ホイサラ・ヴィシュヌ・ヴァルマンです。
11. 昨夕、あなたに会いに来た少年は誰ですか。
12. 今なさっているお仕事は何ですか。
13. カーマークシーが召し使いを遣った店には誰もいなかった。
14. 私に教えてくださったニュースは誰にも話していません。
15. 蒸気で熱した食べ物は健康によい。
16. 彼が賄賂をもらっていることは世の誰もが知っている。

用法

名詞相当句を関係節化する。

表示接辞

-a-

位置

時制表示語幹 ＋ 関係節表示接辞 ＋ 関係節化名詞相当句

（複合動詞の場合は後項動詞の）

54. 関係節（副詞相当句）肯定形

೧. ಯಾರೂ ಮನೆಯಲ್ಲಿ ಇದ್ದ ಹಾಗೆ ಕಾಣುವುದಿಲ್ಲ.

೨. ಕೇಡಿ ಬಸ್ಸಿನಿಂದ ಇಳಿದ ಕೂಡಲೆ ಹಿಡಿಯಲ್ಪಟ್ಟನು.

೩. ಈ ಕಾಗದ ಕಂಡ ಕೂಡಲೆ ಹೊರಟು ಬರುವುದು.

೪. ಅವನು ಗುಣವಿಲ್ಲದ ಧನಿಕ.

೫. ಸಂಜೆ ಆದ ಕೂಡಲೆ ದೀಪ ಹಚ್ಚುವುದು ನಮ್ಮ ಪದ್ಧತಿ.

೬. ನಾನು ನಿನಗೆ ನನ್ನಹತ್ತಿರ ಇರುವಷ್ಟು ಹಣ ಕೊಡುವೆನು.

೭. ಈ ಕಾಡಿನಲ್ಲಿ ಮರಗಳು ಸೂರ್ಯರಶ್ಮಿಯೇ ನೆಲಕ್ಕೆ ಬೀಳದಷ್ಟು ದಟ್ಟವಾಗಿ ಬೆಳೆದಿವೆ.

೮. ಪಾಠಗಳನ್ನು ಓದುವಾಗ ಮಾತನಾಡದೆ ಇರು.

೯. ಅವರು ನಿಮ್ಮನ್ನು ಕರೆಯುವ ತನಕ ಈ ರೂಮ್‌ನಲ್ಲಿ ಇರಿ.

೧೦. ನೀನು ಇರುವಲ್ಲಿಗೆ ನಾವು ಸಹ ಬರುವೆವು.

೧೧. ನಾಳೆಯ ದಿವಸ ಆಳುಗಳೆಲ್ಲರೂ ಆರು ಘಂಟೆಗೆ ಬರುವ ಹಾಗೆ ಅವರಿಗೆ ಅಪ್ಪಣೆ ಕೊಡಿರಿ.

೧೨. ನಾವು ಮಾಧವನಿಗೆ ಈ ಸಂಗತಿಯನ್ನು ತಿಳಿಸಿದ ಕಾರಣ ಅವನು ನಮ್ಮನ್ನು ಸ್ನೇಹಿಸುತ್ತಾರೆ.

೧೩. ನೀವು ನಿಮ್ಮನ್ನು ಪ್ರೀತಿಸಿಕೊಳ್ಳುವ ಹಾಗೆ ಎಲ್ಲರನ್ನೂ ಪ್ರೀತಿಸಬೇಕು.

೧೪. ಬೆಸ್ತರು ಮೀನುಹಿಡಿಯುವ ಕೆಲಸದಿಂದ ಜೀವನಮಾಡಿಕೊಳ್ಳುತಾರೆ.

೧೫. ಹೀಗೆ ಮಾಡಬೇಕಾದ ಅವಶ್ಯವಿರುವುದಿಲ್ಲ.

1．誰も家にはいないように見える。
2．悪者はバスから降りたところを捕まった。
3．この手紙を見たら、直ぐ出発して来い。
4．彼は徳なき富者だ。
5．日が暮れると直ぐ、灯りを灯すのは私たちの習慣だ。
6．君が私の傍らにいることに十分なお金をあげよう。
7．この森は、太陽光線が地面に届かないほど、木が繁茂している。
8．学科を勉強しているときは黙っていなさい。
9．彼があなたをお呼びするまで、この部屋にいらしてください。
10. 君がいる限り、私も一緒にいる。
11. 明日、召し使いたちみんなに、6時までにいるように命令を与えてください。
12. 私たちがマーダヴァに、このニュースを知らせていたので、彼は私たちのことを快く思っているんです。
13. 自らを愛するように、全ての人を愛しなさい。
14. 漁師は、魚を獲ることによって生計をなしている。
15. このようにする必要はない。

用法

副詞相当句や同格表示名詞句を関係節化する。

表示接辞

-a-

位置

時制表示語幹 ＋ 関係節表示接辞 ＋ 関係節化副詞相当句

（複合動詞の場合は後項動詞の）

55. 関係節（否定形）

೧. ಆಡು ಮುಟ್ಟದ ಸೊಪ್ಪಿಲ್ಲ.

೨. ಪುಟ್ಟಪ್ಪನವರು ಬರೆಯದ ಸಾಹಿತ್ಯಪ್ರಕಾರವೇ ಇಲ್ಲ.

೩. ಬರೆಯದ ವಿದ್ಯಾರ್ಥಿಯನ್ನು ನಾವು ಜಾನಪದ ವಸ್ತುಸಂಗ್ರಹಾಲಯಕ್ಕೆ ಕರೆದುಕೊಂಡು ಹೋಗುವುದಿಲ್ಲ.

೪. ಗಂಗೋತ್ರಿಯಲ್ಲಿ ತಿನ್ನದ ಹೋಟೆಲ್ ಇಲ್ಲ.

1．山羊が触れていない葉はない。

2．プッタッパが書いていない文学ジャンルはない。

3．勉強しない学生は、私たちは民俗博物館に連れては行きません。

4．ガンゴートリーには、食事するホテルはありません。

用法

否定の関係節で、時制の区別はない。

位置

動詞語幹 ＋ 否定関係節表示接辞

表示接辞

-u で終わる動詞語幹　　　-ada-
-i / -e で終わる動詞語幹　　-yada-

56. 分詞名詞

೧. ಊಟ ಮಾಡಿದವರು ಐದು ಸಾವಿರ ಮಂದಿ ಗಂಡಸರು.

೨. ದೇವರು ತಾನು ಪ್ರೀತಿಸುವವನ್ನು ಶಿಕ್ಷಿಸುತ್ತಾನೆ; ಆತನು ತನ್ನನ್ನು ಪ್ರೀತಿಸುವವರಿಗೂ ಪ್ರೀತಿಸದವರಿಗೂ ಉಪಕಾರ ಮಾಡುತಾನೆ.

೩. ನಿನ್ನೆ ಮಂಗಳೂರಿಗೆ ಹೋದವಳು ಮೀನಾಕ್ಷಿ.

೪. ನಾಳಿದ್ದು ಬರುವವರು ನನ್ನ ಸ್ನೇಹಿತರು.

೫. ನಮಗೆ ತಪ್ಪು ಮಾಡಿದವರನ್ನು ನಾವು ಕ್ಷಮಿಸಿದ ಹಾಗೆ ನಮ್ಮ ತಪ್ಪುಗಳನ್ನು ಕ್ಷಮಿಸಬೇಕು.

1. 食事した人は、5000 人です。
2. 神は自ら愛した者を諭す。彼は、自らを愛する者をも、愛した者をも助ける。
3. 昨日、マンガロールに行ったのは、ミーナークシーです。
4. あさって来るのは、私の友人です。
5. 私たちに過ちを犯した者を私たちがゆるすように、私たちの過ちをもゆるさねばならない。

用法

動詞の意味内容を人称表示（３人称のみ）とともに表す。名詞と同様の格表示接辞を取ることができる。

位置

動詞語幹 ＋ 時制表示接辞 ＋ ３人称代名詞 ＋（格表示接辞）

変化

非過去

	単数	複数
男性	ಮಾಡುವವನು māḍuvavanu	ಮಾಡುವವರು māḍuvavaru
女性	ಮಾಡುವವಳು māḍuvavaḷu	ಮಾಡುವವರು māḍuvavaru
中性	ಮಾಡುವುದು māḍuvudu	ಮಾಡುವುವು māḍuvuvu

	単数	複数
男性	ಕಲಿಯುವವನು kaliyuvavanu	ಕಲಿಯುವವರು kaliyuvavaru
女性	ಕಲಿಯುವವಳು kaliyuvavaḷu	ಕಲಿಯುವವರು kaliyuvavaru
中性	ಕಲಿಯುವುದು kaliyuvudu	ಕಲಿಯುವುವು kaliyuvuvu

過去

	単数	複数
男性	ಮಾಡಿದವನು	ಮಾಡಿದವರು
	māḍidavanu	māḍidavaru
女性	ಮಾಡಿದವಳು	ಮಾಡಿದವರು
	māḍidavaḷu	māḍidavaru
中性	ಮಾಡಿದುದು	ಮಾಡಿದುವು
	māḍidudu	māḍiduvu

	単数	複数
男性	ಕಲಿತವನು	ಕಲಿತವರು
	kalitavanu	kalitavaru
女性	ಕಲಿತವಳು	ಕಲಿತವರು
	kalitavaḷu	kalitavaru
中性	ಕಲಿತುದು	ಕಲಿತುವು
	kalitudu	kalituvu

57.　複合動詞 (ಆಗು-1)

೧. ಹೇಮಂತ ಹಾಗೆ ಹೇಳಬಹುದಾಗಿತ್ತು.

೨. ಅದು ನಾಳೆ ಮಾಡುವುದಾಗುತ್ತದೆ.

೩. ಅವಳ ಉದ್ಯೋಗವು ಮಕ್ಕಳಿಗೆ ಪಾಠಹೇಳುವುದಾಗಿದೆ.

೪. ಆ ಪುಸ್ತಕಗಳಿಗೆ ಬೇಕಾಗುವ ಹಣವನ್ನು

ತೆಗೆದುಕೊಂಡು ಬಾ.

೫. ಅವರು ಸಾಕಾದ ದವಸ ನನಗೆ ಕೊಟ್ಟರು.

೬. ಆ ಚಿತ್ರವು ಈ ರಾತ್ರಿ ತೋರಿಸಲಾಗುವುದು.

1. ヘーマンタのように話せるはずだ。
2. それは明日やってもよい。
3. 彼女の義務は子供たちに学科を教えることになった。
4. その本に要るお金を持ってきなさい。
5. 彼は必要なだけの穀類を私にくれた。
6. その映画は今夜上映される。

用法

分詞名詞・非人称動詞・不定詞の時制を表す。

位置

分詞名詞・非人称動詞・不定詞	+ āgu

58. 複合動詞 (ಆಗು-2)

೧. ಊಟ ಮಾಡಿಆಯಿತು.

೨. ಪರಿಕ್ಷೆಗೆ ಓದಿಕೊಂಡುಆಯಿತು.

1．食事は終わった。

2．試験の勉強は終わった。

用法

完了を表す。

位置

| 動詞的分詞 | + āgu

59. 複合動詞 (ಇರು-1)

೧. ರಾಜಶೇಖರ ಈಗ ಎಲ್ಲಿ ಕೆಲಸ ಮಾಡುತ್ತಾ ಇದ್ದಾನೆ?

೨. ರವಿ ಬೆಂಗಳೂರಿನಲ್ಲಿ ಇಂಜಿನಿಯರಿಂಗ್ ಓದುತ್ತಾ ಇದ್ದಾನಾ?

೩. ಗೋಲಿ ಕಳೆದುಕೊಂಡ ಹುಡುಗ ಅಳುತ್ತಾ ಇದ್ದನು.

೪. ಬಸ್ಸು ವೇಗವಾಗಿ ಬರುತ್ತಾ ಇದೆ.

೫. ಈಗ ಬಿಸಿಲು ಬೀಳುತ್ತಿದೆ, ಆಗ ಮಳೆ ಬರುತ್ತಿತ್ತು.

೬. ಅವನು ನನಗೆ ಹೇಳಿದ್ದರೆ ನಾನು ಆ ಕೆಲಸವನ್ನು ಮಾಡುತ್ತಿದ್ದೆನು.

೭. ಅವನು ಯಾವಾಗಲೂ ಸಿಗರೇಟನ್ನು ಸೇದುತ್ತಿರುತ್ತಾನೆ.

೮. ಜಾನಕಿ ಮೊದಲು ಪ್ರತಿದಿನ ನಮ್ಮ ಮನೆಗೆ ಬರುತ್ತಿದ್ದಳು; ಈಗ ಬರುತ್ತಿಲ್ಲ.

೯. ಆಗ ಅಲ್ಲಿ ಯಾರೂ ಆಡುತ್ತಿರಲಿಲ್ಲ.

೧೦. ಆಹುಡುಗನು ಶಾಲೆಯಲ್ಲಿ ಈಗ ಓದುತ್ತಾ ಇಲ್ಲ.

1. ラージャシェーカルは今、どこで仕事をしていますか。
2. ラヴィはバンガロールで工学を勉強しているんですか。
3. おはじきを失くして、子供が泣いている。
4. バスは速く走っています。
5. 今、暑くなってきた。雨が降るだろう。
6. 彼が私に話していたら、その仕事をしているだろう。
7. 彼はいつも煙草をふかしている。
8. ジャナキは当初毎日私たちの家に来ていたが、最近は来ない。
9. そのとき、そこでは誰も遊んでいなかった。
10. その少年は学校で、今、学んでいない。

用法

動作・状態の進行・継続や習慣を表す。

位置

動詞的分詞（未完了） + iru

60. 複合動詞 (ಇರು-2)

೧. ನಿನ್ನೆ ಆ ಊರಿಗೆ ಹೋಗಿದ್ದೆವು.

೨. ಆ ದೊರೆಗೆ ಮುಪ್ಪಿನಲ್ಲಿ ಒಂದು ಗಂಡುಮಗು ಹುಟ್ಟಿತು.

೩. ಏನು ಕಳೆದಿದೆ ಅಂತ ಸೀತೆ ಹೇಳಿದಳು?

೪. ಆ ಹುಡುಗ ಹೆದರಿದ್ದಾನೆ.

೫. ನೀವು ಮದರಾಸಿಗೆ ಹೋಗಿದ್ದಿರಾ?

೬. ನಾನು ಓದಿರುವುದಕ್ಕಿಂತ ಹೆಚ್ಚು ನನ್ನ ಹೆಂಡತಿ ಓದಿದ್ದಾಳೆ.

೭. ಮಕ್ಕಳು ಏಳುವಷ್ಟರಲ್ಲಿ ಅಪ್ಪ ಹೋಗಿರುತ್ತಾನೆ.

1．昨日、その村に私たちは行った。

2．その商人は高齢になって、ひとりの男の子ができた。

3．何が起きたとシータは話しましたか。

4．その男の子は恐れています。

5．マドラスにいらしたことはありますか。

6．私が学んだより、妻はずっと勉強しました。

7．子供が起きるころに父親は出かけます。

用法

動作・行為の完了や経験を表す。

位置

[動詞的分詞（完了）] + iru

61. 複合動詞 (ಇರು-3)

೧. ಇಂದಿರಾ ಗಾಂಧಿಯವರು ನಾಳೆ ಭಾಷಣ ಮಾಡಲಿದ್ದಾರೆ.

೨. ಪ್ರಧಾನ ಮಂತ್ರಿಗಳು ಇಲ್ಲಿಗೆ ಆಗಮಿಸಲಿದ್ದಾರೆ.

೩. ಈ ಚಿತ್ರದಲ್ಲಿ ರಾಜಕುಮಾರು ಅವರು ನಟಿಸಲಿದ್ದಾರೆ.

1. インディラー・ガーンディーは明日、演説を行います。
2. 首相がここにいらっしゃいます。
3. この映画にラージャクマールが出ています。

用法

動作・行為が当に行われようとしていることや予定を表す。

位置

[不定詞] + iru

62. 複合動詞 (ಬಿಡು)

೧. ರಾಮ ಬಿದ್ದು ಬಿಟ್ಟನು.

೨. ಛತ್ರಿ ತುದಿ ಹುಡುಗಿ ಪಕ್ಕೆಗೆ ತಗುಲಿಬಿಟ್ಟಿತು.

೩. ಎತ್ತು ಹುಲ್ಲನ್ನೆಲ್ಲಾ ತಿಂದು ಬಿಟ್ಟಿತು.

೪. ಆ ಮಾತನ್ನು ಬಿಟ್ಟುಬಿಡಬೇಕು.

೫. ಹೆಂಡತಿಯ ಮೂಗನ್ನು ಕೊಯಿದು ಬಿಟ್ಟನು.

೬. ಗುಳಿಗೆ ನುಂಗಿ ಬಿಡ ಬೇಕೇ?

1. ラーマは倒れた。
2. 傘の先が少女の脇に当たった。
3. 牛は草を全部食んでしまった。
4. そんな話をやめてしまってください。
5. (彼は) 妻の鼻を切ってしまった。
6. 錠剤を飲んでしまわねばなりませんか。

用法

完結性・突然性・好ましからざる事態・不本意の事態を表す。
日本語の「～てしまう」に非常に近い。

位置

| 動 詞 的 分 詞 | + biḍu

63. 複合動詞 (ಹಾಕು)

೧. ನಾನೇನು ನರಸಿಂಹಯ್ಯನಾ ವಾರಕ್ಕೆ ಎರಡು ಕಾದಂಬರಿ ಬರೆದುಹಾಕಲಿಕ್ಕೆ?

೨. ರಾಜಣ್ಣ ಅಡಿಗೆಯನ್ನೆಲ್ಲಾ ತಿಂದುಹಾಕಿದ್ದಾನೆ.

೩. ಅವರು ಅಲ್ಲಿಯ ಮಣ್ಣೆಲ್ಲಾ ತೆಗೆದುಹಾಕಿದ್ದಾರೆ.

೪. ರಾಮನು ತನ್ನ ಬಾಣದಿಂದ ರಾವನನನ್ನು ಕೊಂದು ಹಾಕಿದ್ದಾನೆ.

೫. ಬಲವಾಗಿ ಬೀಸಿದ ಗಾಳಿ ಮನೆಯ ಹೆಂಚುಗಳನ್ನು ಎತ್ತಿಹಾಕಿತು.

1．１週間に２本の小説を書くなんて、私はナラシンハイヤですか。

2．ラージャンナは料理を全部食べてしまった。

3．彼はそこの土を全部、持っていってしまった。

4．ラーマは自らの弓矢でラーヴァナを殺した。

5．強く吹いた風が家の瓦を吹き飛ばした。

用法

完結性・徹底性・突然性・不本意の事態を表す。

位置

| 動詞的分詞 | + hāku

64. 複合動詞 (ಹೋಗು)

೧. ಅವರ ತಂದೆ ನಿನ್ನೆ ಸತ್ತುಹೋದರು.

೨. ಹಾಲು ಕೆಟ್ಟುಹೋಗಿದೆ.

೩. ಇಷ್ಟು ಒಳ್ಳೆಯ ಅವಕಾಶ ಕೈತಪ್ಪಿಹೋಯಿತು.

೪. ಅದು ಒಡೆದುಹೋಗಿತ್ತು.

೫. ತೇವ ಈಗ ಆರಿಹೋಯಿತು.

೬. ಅಡವಿಯೆಲ್ಲಾ ಸುಟ್ಟುಹೋಯಿತು.

1. 彼の父親は昨日亡くなった。
2. ミルクが腐ってしまった。
3. 絶好の機会を逸してしまった。
4. それは壊れてしまった。
5. 海岸は今、かわいてしまっている。
6. 森は全て焼けてしまった。

用法

完結性の事態を表すが、主に自動詞とともに用いられ、事態が好ましからず生起し、制御不能であったことを示す。

位置

動詞的分詞 + hōgu

65. 複合動詞 (ಆಡು)

೧. ಭಾಸ್ಕರನ್ ಮತ್ತುಯಾದವ್ ಗುದ್ದಾಡುತ್ತಿದ್ದಾರೆ.

೨. ಸೈನಿಕರೆಲ್ಲಾ ವೀರಾವೇಶದಿಂದ ಕಾದಾಡಿದರು.

೩. ಪಕ್ಷಿಗಳು ಆಕಾಶದಲ್ಲಿ ಹಾರಾಡುತ್ತವೆ.

೪. ಮಕ್ಕಳು ಕೂಗಾಡುತ್ತಾರೆ, ನಗುತ್ತಾರೆ.

೫. ತೊಟ್ಟಿಲು ತೂಗಾಡುವುದು.

1. バースカラとヤーダヴは喧嘩していた。
2. 兵士はみんな勇猛に戦った。
3. 鳥が空を飛んでいる。
4. 子供たちが叫び、ゲラゲラ笑っている。
5. 揺りかごが揺れている。

用法

①相互の行為を示す。

②規則的・不規則的にある行為が継続して行われることを表す。

位置

| 動 詞 的 分 詞 | + āḍu

66. 複合動詞 (ನೋಡು)

೧. ಮನೆ ಕಟ್ಟಿನೋಡು, ಮದುವೆ ಮಾಡಿನೋಡು.

೨. ಬಾಲಕೃಷ್ಣನ್ ಸ್ವಲ್ಪ ಬಿಯರ್ ಕುಡಿದುನೋಡಿದನು.

೩. ಇದು ತಿಂದು ನೋಡಿರಿ.

೪. ಯಾಕೆ ಹಾಗೆ ನಾಯಿ ಹಾಗೆ ಎಲ್ಲನ್ನೂ ಮೂಸಿನೋಡುತ್ತೀಯ?

೫. ಸೀಮಾ ಆಮನೆಗೆ ಹೋಗಿನೋಡಿದಳು.

1. 家は建ててみろ。妻にはそうてみよ。
2. バーラクリシュナンは少しビールを飲んでみた。
3. これを食べてみてください。
4. 何故、犬のように嗅ぎまわっているんですか。
5. シーマーはその家に行ってみた。

用法

試行的に行為をなすことを示す。日本語の「～てみる」に近い。

位置

| 動詞的分詞 | + nōḍu

67. 複合動詞 (ಕೊಳ್ಳು)

೧. ನರಸಿಂಹರಾವ್ ಬಟ್ಟೆ ಒಗೆದುಕೊಂಡನು.

೨. ಪರೀಕ್ಷೆಗೆ ನೋಟ್ಸ್ ಬರೆದುಕೊಳ್ಳ ಬೇಕು.

೩. ಆ ಪುಸ್ತಕವನ್ನು ಮನೆಗೆ ತೆಗೆದುಕೊಂಡು ಹೋಗು.

೪. ಅವನು ತನ್ನ ಹಲ್ಲನ್ನು ಮುರಿದುಕೊಂಡನು.

೫. ನಾವು ಒಂದುತಿಂಗಳಿಂದ ನಮ್ಮ ದೊಡ್ಡಪ್ಪನವರ ಮನೆಯಲ್ಲಿ ಇಳಿದು ಕೊಂಡಿರುತ್ತೇವೆ.

1. ナラシンハラーオは服を叩き洗った。
2. 試験の為に、ノートをとっておきなさい。
3. その本を家に持っていきなさい。
4. 彼は歯を折ってしまった。
5. 私たちは一ヶ月来伯父の家にとどまるだろう。

用法

行為者自らの為にあることを行う場合、行為・動作の結果が行為者に及ぶ場合に用いられる。

位置

| 動 詞 的 分 詞 | + koḷ

68. 複合動詞 (ಕೊಡು)

೧. ನರಸಿಂಹರಾವ್ ಬಟ್ಟೆ ಒಗೆದುಕೊಟ್ಟನು.

೨. ಹರೀಶ ಒಂದು ಕತೆ ಬರೆದು ಕೊಟ್ಟನು.

೩. ಹಣ್ಣು ಹಂಚಿ ಕೊಟ್ಟನು.

೪. ಎಂಟು ಮೈಲಿ ಓಡಿಕೊಟ್ಟನು.

೫. ಪಂಡಿತನಾದ ದುರ್ಗಸಿಂಹನು ನೀತಿಯ ಕತೆಗಳನ್ನು ಹೇಳಿಕೊಟ್ಟನು.

1. ナラシンハラーオは服を叩き洗ってやった。
2. ハリーシュは話を１つ書いてやった。
3. 彼は果物を配ってやった。
4. 彼は８マイル走ってやった。
5. パンディットであるドゥルガシンハは正義の話をしてやった。

用法

相手の為にあることを行う場合、行為・動作の結果が相手に及ぶ場合に用いられる。

位置

| 動 詞 的 分 詞 | + koḍu

69. 副詞

ಅಲ್ಲಿ (alli)	そこ	ಬೇಗನೆ (bēgane)	速く
ಇಲ್ಲಿ (illi)	ここ	ಒಮ್ಮೆ (omme)	一度
ಎಲ್ಲಿ (elli)	どこ	ಮೆಲ್ಲನೆ (mellane)	やさしく
ಈಗ (īga)	今	ಹೀಗೆ (hīge)	このように
ಆಗ (āga)	その時	ಹೇಗೆ (hēge)	どのように
ಯಾವಾಗ (yāvāga)	いつ	ಅನಂತರ (anantara)	後
ಇಂದು (indu)	今日	ಅಂತೆ (ante)	～のように
ಎಂದು (endu)	どの日	ಒಡನೆ (oḍane)	すぐに
ಅತಿ (ati)	大変	ಎದುರು (eduru)	向かい側
ಬಹಳ (bahaḷa)	大変	ಒಳಗೆ (oḷage)	中
ತುಂಬಾ (tumbā)	大変	ಕೆಳಗೆ (keḷage)	下
ಸ್ವಲ್ಪ (svalpa)	少し	ತರುವಾಯ (taruvāya)	後で
ಕಡಿಮೆ (kaḍime)	少し	ನಡುವೆ (naḍuve)	間に
ಅತ್ಯಂತ (atyanta)	最も	ಮಧ್ಯೇ (madhyē)	真ん中に
ಒಳಗೆ (oḷage)	中	ಮುಂಚೆ (muñce)	以前
ಇನ್ನು (innu)	まだ	ಮುಂದೆ (munde)	前、将来
ಬೇರೆ (bēre)	別	ಸುತ್ತಲು (suttalu)	周り
ನಿನ್ನೆ (ninne)	昨日	ಹತ್ತಿರ (hattira)	傍ら
ಮೊನ್ನೆ (monne)	一昨日	ಹಾಗೆ (hāge)	そのように
ನಾಳೆ (nāḷe)	明日	ಹಿಂದೆ (hinde)	以前
ಬೆಳಿಗ್ಗೆ (beḷigge)	朝	ನಿಧಾನವಾಗಿ (nidhānavāgi)	ゆっくり
ಪುನಃ (punaḥ)	再び		

ತಡವಾಗಿ (taḍavāgi)　遅れて　　ಬಲವಾಗಿ (balavāgi)　強く

70. 後置詞

೧. ಬಾ, ನನ್ನ ಹತ್ತಿರ ಕೂತುಕೋ.

೨. ಈ ನದಿ ಮೈಸೂರಿನ ಪಕ್ಕ ಹರಿದು ಬರುತ್ತದೆ.

೧. ಸ್ವಾಮಿಗಳ ಪಕ್ಕಕ್ಕೆ ಹೋಗೋಣ.

೨. ಮನೆಯ ಒಳಗೆ ಓಡಿದನು.

೩. ಮನೆಯ ಹೊರಗೆ ಬಹಳ ಜನ ಸೇರಿದ್ದಾರೆ.

೪. ನನ್ನ ಮುಂದೆ ಒಂದು ಬೆಕ್ಕು ಕೂತಿದೆ.

೫. ಸಂಘಟನೆಗಾರರು ನನ್ನ ಮನೆಯ ಹಿಂದೆ ಹೋದರು.

೬. ಒಂದು ಗಂಟೆಯ ಹಿಂದೆ ಇಲ್ಲಿ ದೊಡ್ಡ ಗುಂಪು ಸೇರಿತ್ತು.

೭. ಐದು ಗಂಟೆಯ ತನಕ ಇಲ್ಲಿ ಇರು.

೮. ಮರದ ಮೆ ಮೇಲೆ ಒಂದು ಮಂಗ ಕೂತಿದೆ.

೯. ಮರದ ಮೆಮೇಲಕ್ಕೆ ಹೋಗಿ ನೋಡೋಣ.

೧೦. ಮೆಮೇಜಿನ ಕೆಳಗೆ ಒಂದು ಗೊಂಬೆ ಇದೆ.

೧೧. ಗೋಡೆಯ ಮೇಲೆ ಗಣೇಶದ ಕ್ಯಾಲೆಂಡರಿದೆ.

೧೨. ವಸಂತ ನಮ್ಮಿಬ್ಬರ ಮಧ್ಯ ಬಂದು ಕೂತಳು.

೧೩. ಈಜುವಕೊಳದ ಸುತ್ತ ಬೇಲಿ ಹಾಕಿದ್ದಾರೆ.
೧೪. ಬ್ಯಾಂಕಿನ ಎದುರು ಪಾಠಶಾಲೆ ಇದೆ.

1. 来い、私の近くにお座り。
2. この川はマイソールの近くを流れている。
3. 師匠のおそばに参ろう。
4. 彼は家の中に走りこんだ。
5. 家の外に多くの人が集まった。
6. 私の前に一匹の猫が座っている。
7. 主催者がうちの裏に行った。
8. 1時間後、ここに多くの群集が集まった。
9. 5時までここにいなさい。
10. 木の上に一匹の猿がいる。
11. 壁にガネーシャのカレンダーがある。
12. ワサンタは我々二人の間に来て座った。
13. 水泳プールの周りに囲いができた。
14. 銀行の前に学校がある。

ಅಂತೆ (ante)	～のように
ಅನಂತರ (anantara)	～の後
ಉತ್ತರಕ್ಕೆ (uttarakke)	～の北に
ಎಡಕ್ಕೆ (eḍakke)	～の左側に、で
ಎಡಗಡೆ (eḍagaḍe)	～の左側に、で
ಒಂದಿಗೆ (ondige)	～と一緒に

ಒಡನೆ (oḍane)	〜と一緒に、と即座に
ಒಳಗೆ (oḷage)	〜の内側に
ಕೂಡ (kūḍa)	〜と共に
ಕೆಳಗೆ (keḷage)	〜下に、前に
ಬಲಗಡೆ (balagaḍe)	〜の右側に、で
ಬಲಿ (bali)	〜の近くに
ಜೊತೆ (jote)	〜と共に
ತನಕ (tanaka)	〜まで
ತರುವಾಯ (taruvāya)	〜の後に
ದಕ್ಷಿಣಕ್ಕೆ (dakṣiṇakke)	〜の南に
ನಡುವೆ (naḍuve)	〜の中に
ನಿಮಿತ್ತ (nimitta)	〜の為に
ಪಕ್ಕದಲ್ಲಿ (pakkadalli)	〜の為近くに
ಪಶ್ಚಿಮಕ್ಕೆ (paścimakke)	〜の西に
ಪೂರ್ವಕ್ಕೆ (pūrvakke)	〜の東に
ಬಗ್ಗೆ (bagge)	〜の為に
ಬಲಕ್ಕೆ (balakke)	〜の右側に、で
ಬಲಗಡೆ (balagaḍe)	〜の右側に、で
ಬಳಿಕ (baḷika)	〜の後で
ಮಧ್ಯೆ (madhye)	〜の間に、真ん中に
ಮುಖ್ಯಾಂತರ (mukhyāntara)	〜のおかげで
ಮುಂಚೆ (muñce)	〜の前に
ಮುಂದೆ (munde)	〜の前に、で
ಮೂಲಕ (mūlaka)	〜によって
ಮೇಲೆ (mēle)	〜の上に、の後で

ವರೆಗೆ (varege) ～まで
ಸಂಗಡ (saṅgaḍa) ～と共に
ಸಂಪಗ (sampaga) ～と共に
ಸಮೀಪ (samīpa) ～の近くに
ಸುತ್ತಲು (suttalu) ～の周り
ಹತ್ತಿರ (hattira) ～の傍らに
ಹಾಗೆ (hāge) ～のように
ಹಿಂದೆ (hinde) ～の後ろで、に
ಹೊರಗೆ (horage) ～の外側に
ಹೊರತು (horatu) ～以外、を除いて

為格支配の後置詞

ಆಗಿ (āgi) ～の為に
ಇಂತ (inta) ～より
ಓಸ್ಕರ (ōskara) ～の為に
ಬದಲು (badalu) ～の代わりに
ಮೊದಲು (modalu) ～の前に

対格支配の後置詞

ನೋಡಿ (nōḍi) ～に向かって
ಸೇರಿಸಿ (sērisi) ～を含めて

71. 使役構文

೧. ದಾದಿ ಮಗುವಿಗೆ ಮೊಲೆ ಉಣ್ಣಿಸಿದಳು.

೨. ತಾಯಿ ಕೂಸನ್ನು ಮಲಗಿಸಿದಳು.

೩. ಶುಭಾ ಶರ್ಮನಿಂದ ಶಾಲಿನಿಯನ್ನು ಹೊಗಳಿಸಿದಳು.

೪. ಅರಸನು ಅರ್ಚಕನಿಂದ ದೇವರನ್ನು ಪೂಜಿಸಿದನು.

೫. ನಾನು ಒಂದು ಕಾಗದವನ್ನು ಬರೆಯಿಸುತ್ತೇನೆ.

೬. ತಾಯಿ ಮಗುವಿಗೆ ಹಾಲು ಕುಡಿಸುತ್ತಾಳೆ.

೭. ತಾಯಿ ಜವಾನನಿಗೆ ಹೇಳಿ ಮಗುವಿಗೆ ಹಾಲು ಕುಡಿಸಡತ್ತಾಳೆ.

೮. ಇಂದಿರಮ್ಮ ಆಳುಗಳ ಕೈಯಲ್ಲಿ ಕೆಲಸ ಮಾಡಿಸುತ್ತಾರೆ.

1. 子守が男の子にミルクを飲ませた。
2. 母親が子供を寝かせた。
3. シュバーはシャルマにシャーリニを誉めさせた。
4. 王は僧に神を拝ませた。
5. 私は一通の手紙を書かせよう。
6. 母親は子供に自分の乳を飲ませた。
7. 母親は召し使いに命じ、子に乳を飲ませた。
8. インディランマは召し使いに仕事をさせた。

用法

使役を表す。

位置

[使役者(主格)] + [被使役者(起点格)] + [使役動詞]

[使役者(主格)] + [被使役者(為格)] + [使役動詞]

72. 受動構文

೧. ಮನೆ ಕಟ್ಟಲ್ಪಡುತ್ತಿದೆ.

೨. ಮನೆ(ಯನ್ನು) ಕಟ್ಟಲಾಗುತ್ತಿದೆ.

೩. ಈ ಪುಸ್ತಕವು ವಿದ್ಯಾಮಂತ್ರಿಗಳಿಂದ ಬಿಡುಗಡೆ ಮಾಡಲ್ಪಟ್ಟಿತು.

೪. ಈ ಪುಸ್ತಕವನ್ನು ನಿನ್ನೆ ಬಿಡುಗಡೆ ಮಾಡಲಾಯಿತು.

೫. ಈ ಲೋಕವು ದೇವರಿಂದ ನಿರ್ಮಿಸಲ್ಪಟ್ಟಿತು.

1. 家が建てられた。
2. 家が建てられた。
3. この本は、教育大臣によって出版された。
4. この本は、昨日、出版された。
5. この世界は神によって創造された。

用法

受身を表す。

位置

| 被行為者(主格) | + | 行為者(起点格) | + | 受動動詞(不定詞) | + | paḍu- |

| 被行為者(対格) | | | + | 受動動詞(不定詞) | + | āgu- |

73. anta 構文

೧. ಬಾಡಿಗೆ ಎಷ್ಟು ಅಂತ ಹೇಳಿದಳು?

೨. ಈ ದೇಶ ಮುಂದೇ ಬರಬೇಕು ಅಂತ ಪ್ರಯತ್ನ ಮಾಡಿದೆವು.

೩. ಅವರು ನಾಳೆ ಬರಬಹುದು ಅಂತ ಕಾಣುತ್ತದೆ.

೪. ಹರೀಶ ಇಂದಿರಮ್ಮನ ಕಿವಿಯಲ್ಲಿ ನೀನೇ ನನ್ನ ರಾಣಿ ಅಂತ ಪಿಸುಗುಟ್ಟಿದನು.

೫. ಮಾವಿನ ಹಣ್ಣು ತಿನ್ನಬೇಕು ಅಂತ ಅನ್ನಿಸುತ್ತದೆ.

೬. ಏನು ಕಳೆದಿದೆ ಅಂತ ಅವನು ಹೇಳಿದನು.

೭. ನೀವು ಕೂಡಲೆ ಬರಬೇಕು ಅಂತ ತಿಳಿಸಿದ್ದಾರೆ.

೮. ಆತ್ಮಹಯತ್ಯೆ ಮಾಡಿಕೊಳ್ಳೋಣ ಅಂತ ಇದ್ದೇನೆ.

೯. ಈ ಸಭೆಗೆ ತಾವು ಖಂಡಿತ ಬರಬೇಕು ಅಂತ ಪ್ರಾರ್ಥಿಸುತ್ತೇನೆ.

೧೦. ನಾನು ಮುಂಬಾಯಿಗೆ ಹೋದೆನು ಅಂತ ಅಮ್ಮ ಹೇಳಿದರು.

೧೧. ಎಮ್.ಟಿ.ಆರ್‌ನಲ್ಲಿ ಉತ್ತಪ್ಪ ತಿನ್ನೋಣ ಅಂತ ಮನೆ ಬಿಟ್ಟು ಹೊರಟನು.

೧೨. ಕಾರು ಜೋರಾಗಿ ಓಡಲಿ ಅಂತ ಆಕ್ಸಿಲೇಟರ್ ಒತ್ತಿಸಿದೆ.

೧೩. ವೆಂಕಟೇಶ ಒಬ್ಬನೇ ಬಂದನು ಅಂತ ಇಂದಿರೆಗೆ ಅಸಮಾಧಾನ.

೧೪. ಈವತ್ತು ಸುಧೀಂದ್ರ ಬರುತ್ತಾನೆ ಅಂತ ಅನ್ನಿಸುವುದಿಲ್ಲ.

೧೫. ಚಿಕ್ಕಮ್ಮ ಬರೆದಿದ್ದಾರೆ, ಅನಂತಮೂರ್ತಿಯನ್ನು ಮಂಗಳವಾರ ಬೆಳಿಗ್ಗೆ ಬಸ್ಸಿಗೆ ಕಳಿಸುತ್ತೇನೆ ಅಂತ.

೧೬. ಅವನು ಗೋಮಾಂಸವನ್ನು ತಿನ್ನುತ್ತಾನ ಅಂತೆ.

1. 賃貸料はいくらだと、彼女は言いましたか。
2. この国が発展するように努力しましょう。
3. 彼らは明日来ると思われる。
4. ハリーシュはインディランマの耳元で、君は王妃だと囁いた。
5. マンゴーを食べようかと思う。
6. 何が起きた、と彼は言いましたか。
7. あなたはすぐにいらっしゃらないと、知らせてくれました。
8. 自殺してしまおうかと思っている。
9. この集会に必ずお越しくださいますよう、お願いします。
10. 私はムンバイに行ったと、母が言った。

11. ＭＴＲでウッタッパを食べようと、家を出た。
12. 車がスピードを上げるように、アクセルを踏んだ。
13. ヴェンカテーシュだけがやってきた、とインディラには不満だった。
14. 今日、スディーンドラがやってくるとは思えない。
15. 叔母は、火曜日の朝、アナンタムールティをバスまで送る、と書いた。
16. 彼は牛肉を食べるそうだ。

用法

従属節（補文）を導く。

位置

[定動詞句] / [非人称動詞] + anta

74. ante 構文

೧. ಅವರು ನಾಳೆ ಬರುತ್ತಾರಂತೆ.

೨. ಅವರಿಗೆ ನಾಳೆ ಬರುವಂತೆ ಹೇಳಿ.

೩. ತಾಜಮಹಲ್ ಶಾಹ್ ಜಹಾನ್ ಕಟ್ಟಿಸಿದರಂತೆ.

೪. ಆಫಿಸಿಗೆ ಹತ್ತು ದಿನ ರಜ ಕೊಡುವಂತೆ ಹೇಳಿ.

೫. ಅವನಿಗೆ ಈಗ ಪುರಸತ್ತು ಇಲ್ಲವಂತೆ.

೬. ಒಂದಾನೊಂದು ಕಾಲದಲ್ಲಿ ಒಂದು ಊರಿನಲ್ಲಿ ಒಬ್ಬ ರಾಜ ಇದ್ದನಂತೆ.

೭. ಸ್ವಾಮಿಗಳು ಎಲ್ಲರಿಗೂ ಕೂಡುವಂತೆ ಹೇಳಿದರು.

೮. ಸುಮ್ಮನೆ ಕೂತುಕೋ ಬೇಕಂತೆ.

೯. ಮಳೆ ಬರುವಂತೆ ಕಾಣುತ್ತಿತ್ತು.

೧೦. ಅವರಿಗೆ ತನ್ನ ಹೆಂಡತಿಯ ಮೇಲೆ ತುಬಾ ಪ್ರೀತಿ ಇತ್ತಂತೆ.

1. 彼は明日来るらしい。
2. 彼に明日来るよう、言ってくれ。
3. タージュマハルはシャー・ジャハーンが建てたそうだ。
4. 会社に10日間の給料を出すよう、言ってくれ。
5. 彼には今、暇がないそうだ。
6. 昔昔、ある町に一人の王がおったそうな。
7. 師は、全ての人に結びつくようにおっしゃった。
8. 静かに座っているように。
9. 雨が降りそうだ。
10. 彼は妻を溺愛しているそうだ。

用法

従属節（補文）を導く。

位置

関係節形成接辞 / 人称表示接辞 + ante

75. 小詞 (-ā)

೧. ನಿನ್ನೆ ನೀನು ಆ ಪುಸ್ತಕ ಕೊಳ್ಳಲಿಲ್ಲವಾ?

೨. ರಾಮು ಬಂದನಾ?

೩. ಮಳೆ ಬರುತ್ತಾ?

೪. ಈ ಕಾಫಿ ಬಿಸಿಯಾಗಿದೆಯಾ?

೫. ಬೇಸಗೆ ಕಾಲಕ್ಕೆ ಸೆಕೆ ಜಾಸ್ತಿ ಇರತ್ತಾ?

1．昨日、その本買わなかった？
2．ラーマは来ましたか。
3．雨が降っていますか。
4．このコーヒーは熱いですか。
5．夏には気温が上がりますか。

用法

疑問を表す。

位置

定動詞句 / 名詞句 + -ā

76. 小詞 (-ū)

೧. ರಾಮನೂ ಭರತನೂ ಲಕ್ಷ್ಮಣನೂ ದಶರಥ ಅವರ ಮಕ್ಕಳು.

೨. ಯಾರೂ ಇಲ್ಲಿ ಬರಲಿಲ್ಲ.

೩. ಯಾರಿಗೂ ಗೊತ್ತಿಲ್ಲ.

೪. ನಿನ್ನೆ ಇಬ್ಬರೂ ಬಂದರು.

೫. ಅವನು ನೂರುಪುಸ್ತಕಗಳನ್ನೂ ಓದಿದ್ದಾನೆ.

೬. ಅಂಥ ನೋಟವನ್ನು ಕನಸಿನಲ್ಲಿಯೂ ನೋಡಲಿಲ್ಲ.

೭. ಕಾಲು ನೋಯುತ್ತಿದ್ದರೂ ಅವಳು ಶಾಲೆಗೆ ನಡೆದುಕೊಂಡು ಹೋದಳು.

1. ラーマ、バラタとラクシュマンはダシャラタの息子だ。
2. 誰もここにはいない。
3. 誰も知らない。
4. 昨日は二人とも来た。
5. 彼は、100 冊もの本を読んだ。
6. そんな光景は夢にも見たことがない。
7. 足が痛くても彼女は歩いて登校した。

用法

日本語の「〜も」、「〜もない」、「〜ても」に相当する意味を表す。

位置

動詞条件形 / 名詞句 / 格表示接辞 + -ū

77. 小詞 (-ē)

೧. ಮನೆಯಲ್ಲಿಯೇ ಇದ್ದನು.
೨. ಅವನು ಬಂದೇ ಬರುತ್ತಾನೆ.
೩. ನೀನು ಇಲ್ಲಿಗೆ ಬರಲೇ ಬಾರದು.
೪. ನೆಹರೂ ಭಾಷಣ ಕೇಳಲಿಕ್ಕೆ ಊರಿಗೆ ಊರೇ ಬಂದಿತ್ತು.
೫. ಅವನು ನೀರನ್ನೇ ತರಲಿ.

1. 家にいなさい。
2. 彼は必ずやってきます。
3. ここに来てはいけない。
4. ネハルーの演説を聴きに村中のものがやってきた。
5. 彼に水を持ってこさせて。

用法

強調を表す。

位置

不定詞 / 副詞 / 分詞名詞 / 動詞的分詞 / 名詞句 / 格表示接辞その他の多くの範疇に付加される。

78. 小詞 (-ō)

೧. ಭರತ ಕೌಸಲ್ಯೆಯ ಮಗನೋ, ಸುಮಿತ್ರೆಯ ಮಗನೋ?
೨. ಆ ಸಂಗತಿಯನ್ನು ಯಾರು ಯಾರಿಗೆ ಹೇಳಿದರೋ.
೩. ವಸಂತನು ನಾಳೆ ಬೆಂಗಳೂರಿಗೆ ಹೋಗುವುದೋ?
೪. ನಾಳೆ ಸುಮಿತನೋ ನಾನೋ ಬರುತ್ತೇವೆ.

1．バラタはカウシャリアの息子ですか、スミトラの息子ですか。
2．そのニュースは誰が誰に話したんですか。
3．ワサンタは明日、バンガロールに行くんですか。
4．明日はスミトラが行くんですか、私が行くんですか。

用法

①事態の不定性を表す。

②「～か～か」に相当する意味を表す。

位置

定動詞 / 名詞句 / 格表示接辞 + -ō

79. 関係節（アーリア語タイプ）

೧. ಯಾವ ಹುಡುಗ ಮಲಗಿದ್ದಾನೋ, ಅವನು ನನ್ನ ಮಗ.

೨. ಯಾವ ಸೈಕಲ್ಲನ್ನು ಅವರು ಕೊಂಡರೋ, ಅದು ನನ್ನದು.

೩. ಯಾರಿಗೆ ನಾನು ಅಕ್ಕಿಯನ್ನು ಮಾರಿದೆನೋ, ಅವನು ಗೌತಮ.

೪. ಯಾರನ್ನು ನೋಡಿ ನೀವು ಸಿಟ್ಟಾಗುತ್ತೀರೋ, ಅವನೇ ಇಲ್ಲಿಗೆ ಬಂದಿದ್ದಾನೆ.

1．眠ったのは私の息子です。

2．彼が与えた自転車は私のです。

3．私が米を売ったのは、ゴータマです。

4．君を怒らせた、その男がここにやってきた。

用法

名詞を関係節化する。

位置

〔従属節内 疑問詞 ＋（名詞句）〕、〔主節内＋ 代名詞 〕

80. 数詞

1.	೧	ಒಂದು
2.	೨	ಎರಡು
3.	೩	ಮೂರು
4.	೪	ನಾಲ್ಕು
5.	೫	ಐದು
6.	೬	ಆರು
7.	೭	ಏಳು
8.	೮	ಎಂಟು
9.	೯	ಒಂಭತ್ತು
10.	೧೦	ಹತ್ತು
11.	೧೧	ಹನ್ನೊಂದು
12.	೧೨	ಹನ್ನೆರಡು
13.	೧೩	ಹದಿಮೂರು
14.	೧೪	ಹದಿನಾಲ್ಕು
15.	೧೫	ಹದಿನೈದು
16.	೧೬	ಹದಿನಾರು
17.	೧೭	ಹದಿನೇಳು
18.	೧೮	ಹದಿನೆಂಟು
19.	೧೯	ಹತ್ತೊಂಭತ್ತು
20.	೨೦	ಇಪ್ಪತ್ತು
21.	೨೧	ಇಪ್ಪತ್ತೊಂದು
22.	೨೨	ಇಪ್ಪತ್ತೆರಡು

23.	೨೩	ಇಪ್ಪತ್ತುಮೂರು
24.	೨೪	ಇಪ್ಪತ್ತುನಾಲ್ಕು
25.	೨೫	ಇಪ್ಪತ್ತೈದು
26.	೨೬	ಇಪ್ಪತ್ತಾರು
27.	೨೭	ಇಪ್ಪತ್ತೇಳು
28.	೨೮	ಇಪ್ಪತ್ತೆಂಟು
29.	೨೯	ಇಪ್ಪತ್ತೊಂಭತ್ತು
30.	೩೦	ಮೂವತ್ತು
40.	೪೦	ನಲ್ವತ್ತು
50.	೫೦	ಐವತ್ತು
60.	೬೦	ಅರವತ್ತು
70.	೭೦	ಎಪ್ಪತ್ತು
80.	೮೦	ಎಂಭತ್ತು
90.	೯೦	ತೊಂಭತ್ತು
100.	೧೦೦	ನೂರು
101.	೧೦೧	ನೂರಾಒಂದು
110.	೧೧೦	ನೂರಾಹತ್ತು
200.	೨೦೦	ಇನ್ನೂರು
300.	೩೦೦	ಮುನ್ನೂರು
400.	೪೦೦	ನಾನೂರು
500.	೫೦೦	ಐನ್ನೂರು
600.	೬೦೦	ಅರುನ್ನೂರು
700.	೭೦೦	ಏಳುನ್ನೂರು
800.	೮೦೦	ಎಂಟುನ್ನೂರು
900.	೯೦೦	ಒಂಭೈನ್ನೂರು

1,001.	೧೦೦೧	ಸಾವಿರದೊಂದು
1,010.	೧೦೧೦	ಸಾವಿರದಹತ್ತು
1,100.	೧೧೦೦	ಸಾವಿರದನೂರು
2,000.	೨೦೦೦	ಎರಡುಸಾವಿರ
10,000.	೧೦೦೦೦	ಹತ್ತುಸಾವಿರ
100,000.	೧೦೦೦೦೦	ಲಕ್ಷ
10,000,000.	೧೦೦೦೦೦೦೦	ಕೋಟಿ

第3部
語 彙 集

ಅ

ಅಂಗಡಿ【名】店
ಅಂಗವಿಕಲ【名】身障者
ಅಂಗಸಾಧನೆ【名】体育
ಅಂತ【接】～ようと
ಅಂತೂ【接】しかし、ともかく
ಅಂತೆ【接】～とのことだ
ಅಂಥ【形】そのような
ಅಕ್ಕ【名】姉、お姉さん
ಅಕ್ಕಸಾಲೆ【名】金細工師
ಅಕ್ಷರ【名】文字
ಅಗಲ【名】幅
ಅಡಿ【名】1フィート
ಅಡಿಗೆ【名】料理
ಅಡು【動】料理する
ಅಣ್ಣ【名】兄
ಅತ್ತೆ【名】義理の母、父の姉妹、父方の伯父の妻
ಅದು【代】あれ
ಅಧ್ಯಕ್ಷ【名】委員長
ಅಧ್ಯಾಪಕ【名】教師
ಅಧಿಕಾರಿ【名】官吏
ಅನಂತಪ್ರಕಾಶ【人名】アナンプラカーシュ
ಅನಂತಮೂರ್ತಿ【人名】アナンタムールティ
ಅನುಗ್ರಹಿಸು【動】恩恵を与える
ಅನ್ನಿಸು【動】感じる、思う
ಅನ್ನು【動】言う
ಅಪೇಕ್ಷಿಸು【動】望む
ಅಪ್ಪಣೆ【名】命令、許可
ಅಮ್ಮ【名】母親、母
ಅಮಿತ【人名】アミタ
ಅರಸು【名】王
ಅರಿ【動】知る
ಅರ್ಚಕ【名】僧
ಅರ್ಧ【名】半分
ಅರ್ಪಿತಾ【人名】アルピター
ಅರ್ಪಿಸು【動】供える
ಅಲ್ಲ【否定辞】～でない、いいえ
ಅಲೆ【動】揺れる、動く
ಅವಕಾಶ【名】機会
ಅವನು【代】彼(遠称)
ಅವರ【代】彼の、彼女の(遠称)
ಅವರು【代】彼、彼女(遠称)
ಅವಶ್ಯ【名】必要、必要性
ಅವಳ【代】彼女の(遠称)
ಅವಳು【代】彼女(遠称)
ಅವಿ【動】隠す
ಅವು【代】それら
ಅವುಗಳು【代】それら
ಅಶೋಕ【人名】アショーカ
ಅಷ್ಟು【名】それほどのもの

ಅಸಮಾಧಾನ【名】不満
ಅಳು【動】泣く

ಆ

ಆ【形】あの、その
ಆಂಧ್ರ【名】アーンドラプラデーシュ州
ಆಕಾಶ【名】空、天
ಆಕೆ【代】彼女(尊称)
ಆಗಮಿಸು【動】来る、到着する
ಆಗು【動】成る
ಆಚಾರ್ಯ【名】教師、導師
ಆಡು【名】山羊【動】遊ぶ
ಆತನು【代】彼(尊称)
ಆತ್ಮಹತ್ಯಾ【名】自殺
ಆನು【動】背などにもたれる
ಆನೆ【名】象
ಆಮೆ【名】亀
ಆಯು【動】集める
ಆರು【名】6
ಆರು【動】乾く
ಆರೋಗ್ಯ【名】健康
ಆವಿ【名】蒸気
ಆಶ್ಚರ್ಯ【名】驚き、不思議
ಆಶ್ರಯ【名】庇護
ಆಸರು【動】疲れる
ಆಸ್ತಿ【名】財産
ಆಹಾರ【名】食べ物
ಆಳು【名】大人、召し使い【動】治める
ಆವಶ್ಯಕ【形】必要な

ಇ

ಇಂಥ【形】このような
ಇಂದಿರಮ್ಮ【人名】インディランマ
ಇಂದಿರಾ ಗಾಂಧಿ【人名】インディラー・ガーンディー
ಇಂದಿರೆ【人名】インディラ
ಇಂಪು【名】甘さ、喜び
ಇಡೀ【形】全ての
ಇಡು【動】置く
ಇಡ್ಲಿ【名】米粉の蒸しパン状の物
ಇದು【代】これ
ಇನ್ನು【副】まだ、更に
ಇನ್ನೂ【副】少しも〜ない
ಇನ್ನೊಂದು【名】他の誰か
ಇಪ್ಪತ್ತುನಾಲ್ಕು【名】24
ಇರು【動】いる、ある
ಇಲ್ಲ【動】ない
ಇಲ್ಲಿ【副】ここ
ಇವತ್ತು【名】今日
ಇವನು【代】彼(近称)
ಇವರು【代】彼、彼女(近称)
ಇವಳು【代】彼女

ಇವು【代】これら
ಇವುಗಳು【代】これら
ಇಳಿ【動】降りる、留まる
ಇಷ್ಟ【形】好きな、望ましい

ಈ

ಈ【形】この
ಈ【動】与える
ಈಕೆ【代】彼女(尊称)
ಈಜು【動】泳ぐ
ಈತನು【代】彼(尊称)
ಈನು【動】動物が子供を産む

ಉ

ಉಗು【動】流す
ಉಂಟು【動】ある、存在する
ಉಚ್ಚೆ【名】尿
ಉಡು【動】着る
ಉಣ್ಣಿಸು【動】食べさせる、飲ませる
ಉಣ್ಣು【動】食べる
ಉತ್ತಪ್ಪ【名】ウッタッパ、米のパンケーキ
ಉತ್ತೇಜನ【名】奨励
ಉದ್ದ【名】長さ、深さ、高さ
ಉದ್ಯೋಗ【名】職業、仕事
ಉಪ್ಪಿನಕಾಯಿ【名】漬け物、ピクルス
ಉಪ್ಪು【名】塩
ಉಳಿ【動】生き残る
ಉಳು【動】耕す
ಉಷಾ【人名】ウシャー

ಊ

ಊಟ【名】食事
ಊರು【名】村、出身地

ಎ

ಎಂಟು【名】8
ಎಂಥ【形】どのような
ಎಂತಹ【形】どのような
ಎಣ್ಣೆ【名】油
ಎತ್ತರ【名】高さ
ಎತ್ತು【名】牡牛
ಎದುರ【名】反対側
ಎದುರುನೋಡು【動】期待して待つ
ಎನ್ನು【動】言う、話す
ಎರಡು【名】2、2つ
ಎಲ್ಲ【名】全員、全て、全体
ಎಲ್ಲಾ【名】全部
ಎಲ್ಲಿ【副】どこ(に)
ಎಸೆ【動】矢などを放つ
ಎಷ್ಟು【副】いくら、どれくらいの

ಎಳೆಯ【形】若い
ಎಳೆ【動】引っ張る

ಏ

ಏನು【代】何
ಏನೂ【代】何も～ない
ಏಳು【名】7
ಏಳು【動】起きる

ಐ

ಐವತ್ತು【名】50

ಒ

ಒಕ್ಕಲಿಗ【名】オッカリガ
ಒಗು【動】流れ出す
ಒಗೆ【動】叩き洗う
ಒಡನೆ【副】すぐに、共に
ಒಡಿ　【動】打つ
ಒಡೆ【動】壊れる、割れる
ಒತ್ತು【動】押す
ಒಂದು【名】１、１つ
ಒದೆ【動】蹴る
ಒಪ್ಪು【動】同意する
ಒಬ್ಬ【名】１人
ಒಳಗೆ【副】内へ、中へ、中に
ಒಳ್ಳೆ【形】いい
ಒಳ್ಳೆಯ【形】いい

ಓ

ಓ【動】愛する
ಓದು【動】読む、勉強する
ಓಡಿಸು【動】走らせる
ಓಡು【動】走る

ಔ

ಔಷಧ【名】薬

ಕ

ಕಚ್ಚು【動】嚙む
ಕಟ್ಟಿಸು【動】建てさせる
ಕಟ್ಟು【名】ダム【動】結ぶ、建てる
ಕಡೆ【名】方向
ಕಣ್ಣೋವು【名】目の痛み
ಕತೆ【名】物語
ಕಥೆ【名】物語
ಕದಿ【動】盗む
ಕನಸು【名】夢
ಕನ್ನಡ【名】カンナダ語
ಕನ್ನಡಿಗ【名】カンナダ語を母語とする人
ಕಮಲಮ್ಮ【人名】カマランマ
ಕರಗಿಸು【動】溶かす
ಕರಿ【形】黒い

ಕರಿಯ【形】黒い
ಕರು【名】子牛
ಕರೆ【動】呼ぶ、ミルクをやる
ಕರೆದೊಯ್ಯು【動】連れて行く
ಕಲಿ【動】習う
ಕಲಿಸು【動】教える
ಕಲ್ಲು【名】石
ಕವನ【名】詩
ಕರ್ಚು【名】費用
ಕವಲ್【動】枝分かれする
ಕಳಿ【動】捨てる
ಕಳು【動】盗む
ಕಳುಹಿಸು【動】送る
ಕಳೆ【動】(時間が)過ぎる、過ごす、なくなる
ಕಾಗದ【名】手紙、書類
ಕಾಡು【名】森
ಕಾಣಿಸು【動】見える
ಕಾಣು, ಕಾಣ್【動】見る
ಕಾದಂಬರಿ【名】小説
ಕಾದಾಡು【動】戦う
ಕಾಮಕ್ಷಮ್ಮ【人名】カーマークシャンマ
ಕಾಮಕ್ಷಿ【人名】カーマークシ
ಕಾಯಿ【名】未熟な果実、ココナッツ
ಕಾಯಿಲೆ【名】病気
ಕಾಯು【動】保護する、待つ、熱くなる
ಕಾಲು【名】足
ಕಾಲೇಜು【名】カレッジ
ಕಾವಲುಗಾರ【名】門衛
ಕಾಲ【名】時間、時
ಕಾಶಿ【地名】カーシー、ヴァーラーナシー
ಕಿರಿಯ【形】若い
ಕಿವಿ【名】耳
ಕಿಸಿ【動】にやりと笑う
ಕೀ【動】化膿する
ಕೀರ್ತಿ【名】名声
ಕೀಳು【動】根元から引き抜く
ಕುಟ್ಟು【動】叩く
ಕುಡಿ【動】飲む
ಕುಡಿಸು【動】飲ませる
ಕುಣಿ【動】踊る
ಕುದುರೆ【名】馬
ಕುರಿ【名】羊
ಕುಮಾರ【人名】クマーラ
ಕುಸಿ【動】倒壊する
ಕೂಡಲೆ【副】すぐに
ಕೂಡು【動】結ぶ、結合する
ಕುಬೇರಪ್ಪ【人名】クベーラッパ
ಕೂಗು【動】叫ぶ
ಕೂರು【動】座る

ಕೂಸು【名】子供
ಕೃಷ್ಣ【人名】クリシュナ
ಕೆಟ್ಟ【形】悪い、邪悪な
ಕೆಂಪನೆಯ【形】赤い
ಕೆಂಪು【名】赤
ಕೆಡು【動】駄目になる、腐る
ಕೆರೆ【名】池
ಕೆಲಸ【名】仕事、用務
ಕೆಲಸಮಾಡು【動】働く、仕事をする
ಕೇಡಿ【名】悪事を働いた者
ಕೇಳು【動】聞く
ಕೈ【名】手
ಕೈತಪ್ಪು【動】逸する
ಕೈಲಿ【副】通じて
ಕೊಂಬೆ【名】枝
ಕೊಡು【動】与える
ಕೊನರು【動】芽を出す
ಕೊನೆಯ【形】最後の
ಕೊಯ್ಯು【動】切る
ಕೊಲ್ಲು【動】手に入れる、取る
ಕೊಳಗ【名】池、プール
ಕೊಳೆ【動】腐敗する
ಕೋತಿ【名】猿
ಕೋಪ【名】怒り
ಕೋಯು【動】糸を通す
ಕೊಲ್, ಕೊಲ್ಲು【動】殺す
ಕೊಳ್ಳು【動】手に取る
ಕೋಶ【名】辞書
ಕೋಲು【名】棒
ಕೋಳಿ【名】鶏
ಕ್ಷಮಿಸು【動】赦す

ಖ

ಖಂಡಿತ【副】必ず
ಖಡ್ಗ【名】剣

ಗ

ಗಂಗೋತ್ರಿ【地名】ガンゴートゥリ
ಗಂಟೆ【名】時間、時
ಗಂಡ【名】男、夫
ಗಣೇಶ【神名】ガネーシャ
ಗುಂಪು【名】群集
ಗಮನ【名】注意
ಗರ್ವಿಷ್ಠ【名】傲慢な人
ಗಾಡಿ【名】荷車
ಗಾಳಿ【名】風
ಗಿಡ【名】植木
ಗೀತ【人名】ギーター
ಗುಂಡಿ【名】穴
ಗುಡಿ【名】寺院、祠
ಗುಣ【名】徳性
ಗುದ್ದಾಡು【動】喧嘩する
ಗುಂಪು【名】集団、群

ಗುರಿ【名】標的【動】狙う
ಗುರು【名】グル、師
ಗುಳಿಗೆ【名】錠剤
ಗೆಲ್ಲು【動】勝つ、成功する
ಗೊಂಬೆ【名】人形
ಗೂಬೆ【名】梟
ಗೊತ್ತು【名】知識
ಗೋಡೆ【名】壁
ಗೋಪಾಲ【人名】ゴーパーラ
ಗೋಮಾಂಸ【名】牛肉
ಗೋಲಿ【名】はじき石

ಘ

ಘಂಟೆ【名】鐘、〜時

ಚ

ಚಂದ್ರ【名】（天体の）月
ಚಂದ್ರ【名】母の妹、父の弟の妻、継母
ಚಳಿ【動】疲れ果てる
ಚನ್ನಾಗಿ【副】うまく、よく
ಚನ್ನು【名】良いこと
ಚಪಾತಿ【名】小麦のケーキ
ಚಪ್ಪಾಳೆ【名】拍手
ಚಿಕ್ಕ【形】小さい
ಚಿಗುರು【動】若芽を出す
ಚಿತ್ರ【名】映画、絵
ಚಿನ್ನ【名】金
ಚಿಪ್ಪು【名】殻
ಚುನಾಯಿಸು【動】選ぶ
ಚೆನ್ನಕೇಶ【神名】チェンナケーシャ

ಛ

ಛತ್ರಿ【名】傘

ಜ

ಜನ【名】人々
ಜನಕಿ【人名】ジャナキ
ಜಪ【名】祈禱、祈り
ಜವಾನಿ【名】女性の召し使い
ಜಾಣತನ【名】頭のよいこと
ಜಾಣೆ【名】頭のよい女性
ಜಾನಪದ【名】民俗、民俗学
ಜಾಸ್ತಿ【名】過剰、余分
ಜೀವನ【名】生活、人生
ಜೀವಿಸು【動】生活する、生きる
ಜೋಡು【名】靴
ಜೋರಾಗಿ【副】速く
ಜೋರು【名】速度、強度
ಜೋಲು【動】ぶら下がる

ತ

ತಂದೆ【名】父親

ತಂಗಿ【名】妹
ತಂಗು【動】滞在する
ತಗು【動】相応しい
ತಗುಲು【動】当たる
ತಂಟೆ【名】悪戯、厄介
ತಟ್ಟು【動】たたく
ತಡ【名】遅れ
ತನಕ【副】まで
ತನ್ನ【代】自らの
ತಪ್ಪು【名】誤り
ತಮ್ಮ【名】弟
ತಮಿಳು【名】タミル語
ತಯಾರಿ【名】準備
ತರಕಾರಿ【名】野菜
ತರು【動】持ってくる、連れてくる
ತಲುಪು【動】到着する
ತಳಿರು【動】新芽を出す
ತವಕ【名】熱心さ
ತಾ【動】持ってくる、与える
ತಾಜಮಹಲ್【名】タージュマハル
ತಾತ್ಸಾರ【名】軽視
ತಾವು【代】自身
ತಾಯಿ【名】母、お母さん
ತಾರೀಕು【名】日付
ತಾನು【代】あなた様
ತ್ಯಾವ【名】湿り気
ತಿಂಗಳು【名】(時間の)月
ತಿಂಡಿ【名】食事、軽食
ತಿನ್ನು【動】食べる
ತಿರಿಸು【動】返す
ತಿರುಗು【動】歩き回る
ತಿಳಿ【動】知られる
ತಿಳಿಸು【動】知らせる
ತೀರ【名】浜、岸
ತುಂಬಾ【副】大変
ತುಂಬ【動】満ちる
ತುದಿ【名】先
ತೂಗು【動】揺れる
ತೆಗೆ【動】取る
ತೆಗೆದುಕೊಳ್ಳು【動】取る
ತೆಪ್ಪರು【動】意識を回復する
ತೆರು【動】税などを払う
ತೆಳ್ಳನೆಯ【形】薄い
ತೇಯು【動】擦る
ತೊಟ್ಟಿ【名】揺りかご
ತೊಡಗು【動】始める
ತೊಡು【動】身に着ける
ತೊಳೆ【動】洗う
ತೋ【動】濡れる
ತೋಟ【名】庭
ತೊಯ್ಯು【動】濡れる
ತೋಯು【動】濡れる
ತೋರಿಸು【動】見せる

ದ

ದಂಡಿಸು【動】叱る、罰する
ದಟ್ಟ【形】厚い、濃い
ದಡ್ಡ【名】愚か者
ದಪ್ಪಯ【形】厚い
ದಯ【名】憐れみ、共感
ದರ್ಶನ【名】顕現
ದವಸ【名】穀物
ದಾದಿ【名】乳母
ದಾರಿ【名】道
ದಿಕ್ಕು【名】道、庇護
ದಿನ【名】日
ದಿನಾ【名】毎日
ದಿವಸ【名】日
ದೀಪ【名】灯り
ದೀಪಾವಳಿ【名】ディーパーワリ祭
ದುಡ್ಡು【名】お金
ದುರ್ಗಸಿಂಹ【名】ドゥルガシンハ
ದೂರ【名】距離、遠さ
ದೇವ【名】神
ದೇವಸ್ಥಾನ【名】寺院
ದೇವಾಲಯ【名】寺院
ದೊಡ್ಡ【形】大きな
ದೊಡ್ಡಪ್ಪ【名】伯父
ದೊರೆ【名】王、領主
ದೊರೆ【動】得られる

ಧ

ಧನಿಕ【名】裕福な者
ಧೂಮಪಾನ【名】喫煙
ಧ್ಯಾನ【名】瞑想

ನ

ನಗು【動】笑う
ನಂಜಪ್ಪ【人名】ナンジャッパ
ನಂಜುದೇಶ್ವರ【名】ナンジュデーシュワラ
ನಟಿಸು【動】演じる
ನಡು【動】植える
ನಡೆ【動】歩く、進む
ನಡೆಯಿಸು【動】歩かせる、(商売を)営む
ನದಿ【名】川
ನನ್ನ【代】私の
ನಮ್ಮ【代】私たちの
ನರಸಿಂಹಯ್ಯ【名】ナラシンハイヤ
ನರಸಿಂಹರಾವ್【名】ナラシンハラーオ
ನಾಗೇಂದ್ರ【人名】ナーゲンドラ
ನಾಟಕ【名】演劇
ನಾನು【代】私
ನಾಮಕರಣ【名】命名式
ನಾಯಿ【名】犬

ನಾರು【動】悪臭を放つ
ನಾವು【代】私たち
ನಾಳಿದ್ದು【名】明後日
ನಾಳೆ【名】明日
ನಾಶಮಾಡು【動】破壊する
ನಿಂಬೆಹಣ್ಣು【名】レモン
ನಿಜ【名】真実【形】本当の
ನಿದ್ರೆ【名】眠り
ನಿನ್ನ【代】あなたの、君の
ನಿಮ್ಮ【代】あなたの
ನಿಮ್ಮನ್ನು【代】あなたを
ನಿರಾಕರಿಸು【動】拒否する
ನಿರ್ಮಿಸು【動】創造する
ನಿಲ್ಲು【動】立つ
ನೀತಿ【名】正義、行為
ನೀನು【代】あなた、君(単数)
ನೀನ್ನೆ【名】昨日
ನೀರು【名】水
ನೀವು【代】あなた(複数)
ನುಂಗು【動】呑み込む
ನುಡಿ【名】言葉【動】話す、言う
ನುಸಿ【動】無理矢理に入り込む
ನೂರು【名】100
ನೂಲು【動】紡いで糸にする
ನೆರೆ【形】近くの
ನೆಲ【名】地面
ನೇಯು【動】織る
ನೇರ【名】直線性
ನೇಲು【動】垂れ下がる
ನೋಟ【名】光景
ನೋಡು【動】見る、会う
ನೋನು【動】誓いを立てる
ನೋಯು【動】痛む

ಪ

ಪಂಡಿತ【名】パンディット
ಪಕ್ಕ【名】側、脇
ಪಕ್ಷಿ【名】鳥
ಪಡು【動】被る
ಪಟ್ಟಣ【名】町、小都市
ಪತಿ【名】夫
ಪತ್ರ【名】手紙
ಪದ್ಧತಿ【名】習慣
ಪರೀಕ್ಷೆ【名】試験
ಪಾಜ್ಪಾಯ್【人名】パジパイ
ಪಾಠ【名】学課、レッスン
ಪಾಠಶಾಲೆ【名】学校
ಪಾತ್ರೆ【名】器、容器
ಪಾಪ【名】罪
ಪಾಪಿ【名】罪人
ಪಾಯಸ【名】パーヤサ
ಪಿಸುಗುಟ್ಟು【動】囁く
ಪುಟ್ಟ【形】小さい

ಪುಟ್ಟಪ್ಪ【人名】プッタッパ
ಪುಣ್ಯ【形】神聖な
ಪುರಸತ್ತು【名】暇、休暇
ಪುಸ್ತಕ【名】本
ಪೂಜಾರಿ【名】ヒンドゥー僧
ಪೂಜಿಸು【動】プージャーを行う
ಪೂರಿ【名】プーリ(小麦粉のパンケーキ)
ಪೆಟ್ಟಿ【名】箱
ಪ್ರಕಾರ【名】様式、方法
ಪ್ರಕಾಶಿಸು【動】輝く
ಪ್ರತಿದಿನ【名】毎日
ಪ್ರಧಾನಮಂತ್ರಿ【名】首相
ಪ್ರಯತ್ತ【名】世界
ಪ್ರಯತ್ತ【名】努力
ಪ್ರಯಾಣಿ【名】旅人
ಪ್ರಾರ್ಥಿಸು【動】要請する
ಪ್ರೀತಿ【名】愛
ಪ್ರೀತಿಷು【動】愛する

ಬ

ಬಗೆಹರಿ【動】解決する
ಬಟ್ಟೆ【名】服
ಬಡ【形】貧しい
ಬನ್ನೇರ್ಘಟ್ಟು【地名】バンネールガット
ಬಯ್ಯು【動】罵る
ಬರು【動】来る
ಬರೆ【動】書く
ಬಲ್【動】完全に成長する
ಬಲ【名】力
ಬಲಿ【動】増える
ಬಲೆ【名】網
ಬಸವನಗುಡಿ【地名】バサワナグディ
ಬಸಿ【動】水が湧き出る
ಬಹಳ【副】大変
ಬಹುಮಾನ【名】賞金
ಬಾ【動】来る
ಬಾಂಬೆ【地名】ボンベイ、ムンバイ
ಬಾಂಣ【名】矢
ಬಾಂಲಕೃಷ್ಣನ್【人名】バーラクリシュナン
ಬಾಡಿಗೆ【名】賃貸
ಬಾಯು【動】腫れる
ಬಿಗು【動】膨らむ
ಬಿಡು【動】離れる、そのままにする
ಬಿಡುಗಡೆ【名】出版、公開
ಬಿರಿ【動】割れる
ಬಿಸಿಯ【形】熱い
ಬಿಸಿಲು【名】日差し
ಬಿಸಾಡು【動】投げうつ
ಬಿಸುಡು【動】投げうつ

ಬಿಳಿ【形】白い
ಬಿಳಿಯ【形】白い
ಬೀಸು【動】振る、(網を)打つ、(風が)吹く
ಬೀ【動】消える
ಬೀಳು【動】落ちる、雨が降る
ಬುಡ【名】木の根っこ
ಬೆಂಕಿ【名】火
ಬೆಂಗಳೂರು【地名】バンガロール
ಬೆಂಡೆಕಾಯಿ【名】オクラ
ಬೆಕ್ಕು【名】猫
ಬೆಲೆ【名】料金
ಬೆವರು【動】汗をかく
ಬೆಸ್ತ【名】漁師
ಬೆಸೆ【動】溶接する
ಬೆಳಿಗ್ಗೆ【名】早朝
ಬೆಳಿಗ್ಯೆ【名】早朝
ಬೆಳೆ【動】(木や穀物が)育つ
ಬೇ【動】燃える
ಬೇಕು【名】必要性【動】必要である
ಬೇಡ【動】必要でない、～てはいけない
ಬೇಜಾರು【名】疲れ
ಬೇಯಿಸು【動】ゆでる、蒸す
ಬೇಯು【動】炊ける、焼ける
ಬೇಲೂರು【地名】ベールール
ಬೇರೆ【形】別の、違った
ಬೇಲಿ【名】フェンス
ಬೇಸಗೆ, ಬೇಸಿಗೆ【名】夏
ಬೊಂಬಾಯಿ【地名】ボンベイ、ムンバイ
ಬ್ರಾಹ್ಮಣ【名】バラモン

ಭ

ಭಕ್ತಿ【名】帰依
ಭತ್ತ【人名】バッタ
ಭಾರತ【名】インド
ಭಾರತೀಯ【名】インド人
ಭಾಷಣ【名】演説
ಭಾಸ್ಕರನ್【名】バースカラン
ಭೀಮ【人名】ビーマ
ಭೂಮಿ【名】大地、地

ಮ

ಮಂಗ【名】猿
ಮಂಗಳವಾರ【名】火曜日
ಮಂತ್ರ【名】マントラ、呪文
ಮಂತ್ರಿ【名】大臣
ಮಗ【名】息子
ಮಗಳು【名】娘
ಮಜ್ಜಿಗೆ【名】バターミルク
ಮಡಲು【動】蔓などが広がる
ಮಡು【動】強める

ಮಣಿ【人名】マニ
ಮಣ್ಣು【名】土
ಮತ್ತು【接】～と
ಮದರಾಸು【地名】マドラス、チェンナイ
ಮದುವೆ【名】結婚
ಮಧುರ【人名】マドゥラ
ಮಧ್ಯ【副】間に
ಮನಸ್ಸು【名】心
ಮನುಷ【名】人間
ಮನುಷ್ಯ【名】人間
ಮನೆ【名】家
ಮನೋಹರ್【人名】マノーハル
ಮರ【名】木
ಮರೆ【動】忘れる
ಮಲಗಿಸು【動】寝させる
ಮಲಯಾಲಂ【名】マラヤーラム語
ಮಲೆ【動】反対する
ಮಸೆ【動】研ぐ
ಮಹಾರಾಜ【名】マハーラージャ
ಮಳೆ【名】雨
ಮಾಂಸ【名】肉
ಮಾಡು【動】為す、作る
ಮಾತನಾಡು【動】話す
ಮಾತು【名】言葉
ಮಾತೃಭಾಷೆ【名】母語
ಮಾಯು【動】癒す
ಮಾರು【動】売る
ಮಾವು【名】マンゴー
ಮಾವ【名】父方の伯父、義理の父
ಮಾಸಪತ್ರಿಕೆ【名】月刊誌
ಮಿಗು【動】増大する
ಮಿಳಿರು【動】繁栄する
ಮೀನಾಕ್ಷಿ【人名】ミーナークシ
ಮೀನು【名】魚
ಮೀಯು【動】沐浴する
ಮೀಸೆ【名】ひげ
ಮುಂಚೆ【副】前に、以前に
ಮುಂದೆ【副】前に
ಮುಂಬಾಯಿ【地名】ムンバイ、ボンベイ
ಮುಕ್ತಿ【名】解放、解脱
ಮುಗಿಸು【動】終える
ಮುನಿ【動】怒る
ಮುಟ್ಟು【動】触れる
ಮಿದಿ【動】こねる
ಮುಪ್ಪಿ【名】老齢、老人
ಮುರಿ【動】折れる、曲がる
ಮುಳ್ಳು【名】棘
ಮೂಗು【名】鼻
ಮೂಢ【名】愚か者
ಮೂಸು【動】匂いを嗅ぐ

ಮೆಚ್ಚು【動】認める
ಮೆಲ್ಲು【動】もぐもぐ食む
ಮೇಜು【名】机
ಮೇಯು【動】草を食む
ಮೇಲ್【名】上、高いところ【後置】〜の上に、〜の前に
ಮೈಸೂರು【地名】マイソール
ಮೊರಾರ್ಜಿ【人名】モラールジ
ಮೊಲೆ【名】乳房
ಮೊಳೆ【名】釘、芽
ಮೊಳೆ【動】芽が出る
ಮೋಸ【名】偽り

ಯ

ಯತಿ【名】苦行者
ಯಾಕೆ【副】なぜ
ಯಾದವ್【人名】ヤーダヴ
ಯಾರ【代】誰の、どなたの
ಯಾರು【代】誰、どなた
ಯಾವಾಗ【副】いつ
ಯಾವುದು【代】どれ
ಯುದ್ಧ【名】戦争

ರ

ರಂಗ【人名】ランガ
ರಜ【名】休暇
ರಣಜಿತ್【人名】ラナジット
ರವಿ【人名】ラヴィ
ರಶ್ಮಿ【名】光線
ರಾಯಭಾರಿ【名】大使
ರಾಗಿಣಿ【人名】ラーギニ
ರಾಜಕುಮಾರ【名】王子
ರಾಜಣ್ಣ【人名】ラージャンナ
ರಾಜಶೇಖರ【人名】ラージャシェーカラ
ರಾಜು【人名】ラージゥ
ರಾಜಕುಮಾರು【人名】ラージュクマール
ರಾಜ್ಯ【名】州、王国、領土
ರಾಣಿ【名】妃
ರಾತ್ರಿ【名】夜
ರಾಮ【人名】ラーマ
ರಾವಣ【人名】ラーワナ
ರೂಪಾಯಿ【名】ルピー
ರೊಟ್ಟಿ【名】ローティー

ಲ

ಲಂಗ【名】ペティコート
ಲಂಚ【名】賄賂
ಲಲಿತ【人名】ラリタ
ಲಿಂಗಯ್ಯ【人名】リンガイヤ
ಲೀಲಾ【人名】リーラー
ಲುಂಗಿ【名】ルンギー
ಲೆಕ್ಕ【名】計算

ವ

ವಂದಿಸು【動】敬礼する
ವಡೆ【名】ワダ(豆粉の揚げ物)
ವಧು【名】花嫁
ವರುಷ【名】年
ವರ್ತಕ【名】商人
ವಸಂತ【人名】ワサンタ
ವಸ್ತುಸಂಗ್ರಹಾಲಯ【名】博物館
ವಾರ【名】週
ವಾರಪತ್ರಿಕೆ【名】週刊誌
ವಿಕ್ರಮ【人名】ヴィクラマ
ವಿಗ್ರಹ【名】像
ವಿಚಾರ【名】主題、トピック
ವಿದ್ಯಾ【名】教育
ವಿದ್ಯಾಮಂತ್ರಿ【名】教育大臣
ವಿದ್ಯಾರ್ಥಿ【名】学生、生徒
ವಿಮಲೆ【人名】ヴィマラ
ವಿರಾಮ【名】休暇
ವಿವೇಕಿ【名】賢者
ವಿಶಾಲಕ್ಷಿ【人名】ヴィシャーラクシー
ವಿಶ್ರಾಂತಿ【名】休養
ವಿಷ್ಣುದೇವಾಲಯ【名】ヴィシュヌ寺院
ವೀರ【名】英雄【形】勇敢な
ವೆಂಕಟೇಶ್【名】ヴェンカテーシュ
ವೇಗ【名】速さ
ವೇಗವಾಗಿ【副】速く
ವ್ಯಾಕರಣ【名】文法
ವ್ಯಾಯಾಮ【名】運動
ವ್ಯಾಪಾರ【名】仕事、商売

ಶ

ಶತ್ರು【名】敵
ಶಾಲಿನಿ【人名】シャーリニ
ಶಾಲೆ【名】学校
ಶಾಹ್ ಜಹಾನ್【人名】シャー・ジャハーン
ಶಿಕ್ಷಿಸು【動】教える、諭す
ಶಿಷ್ಯ【名】生徒、弟子
ಶೀತೆ【人名】シーター
ಶೀಲಾ【人名】シーラー
ಶುಭಾ【名】シュバー
ಶೈವಭಕ್ತ【名】シヴァ派信者
ಶ್ರೇಷ್ಟ【形】優れた

ಸ

ಸಂಗತಿ【名】情報、ニュース、事
ಸಂಗೀತ【名】音楽
ಸಂಘಟನೆಗಾರರು【名】主催者
ಸಂಜೆ【名】夕方
ಸಂದರ್ಭ【名】機会
ಸಂಬಳ【名】給料

ಸಕ್ಕರ【名】砂糖
ಸಣ್ಣ【形】小さい
ಸಂಪು【名】ストライキ
ಸಮರ್ಥ【名】有能な者【形】有能な
ಸಮಸ್ಯೆ【名】問題
ಸಮಾಚಾರ【名】知らせ、ニュース、情報
ಸಮಾನ【名】同等な者
ಸಮುದ್ರ【名】海
ಸರಸ್ವತಿಪುರ【地名】サラスワティープラ
ಸರಿ【名】正しいこと
ಸಲ್ಲು【動】行く、必要とする
ಸವಿ【動】味わう
ಸಹ【副】一緒に
ಸಹಾಯ【名】援助
ಸಾ【動】死ぬ
ಸಾಯು【動】亡くなる
ಸಾಗವಳಿ【名】十分
ಸಾಗವಳಿ【名】サーンバール(スープ状のソース)
ಸಾಗವಳಿ【名】耕作
ಸಾಧ್ಯ【形】可能な
ಸಾಯಂಕಾಲ【名】夕方
ಸಾಯಂಗಾಲ【名】夕方
ಸಾಲ【名】負債、借金
ಸಾಲು【動】借金する
ಸಾಹಿತ್ಯ【名】文学
ಸಾಹಿತ್ಯಪ್ರಕಾರ【名】文学ジャンル
ಸಿಕ್ಕು【動】捕まる、得られる、見つかる
ಸಿಗು【動】捕まる、得られる、見つかる
ಸಿಟ್ಟು【名】怒り
ಸಿಳ್ಳು【名】口笛
ಸೀನು【動】くしゃみする
ಸ್ಮಿತಾ【人名】スミター
ಸೀಮ【人名】シーマー
ಸೀರೆ【名】サリー
ಸುಂದರ【形】美しい【人名】スンダル
ಸುಡು【動】焼く、焼ける
ಸುತ್ತಿ【名】ハンマー
ಸುಧೀಂದ್ರ【人名】スディーンドゥラ
ಸುಬ್ಬಿ【人名】スッビ
ಸುಮಲತಾ【人名】スマラター
ಸುಮಾ【人名】スマー
ಸುಮ್ಮನಿರು【動】静かにする
ಸುಮ್ಮನೆ【副】無為に
ಸುಲೋಚನ【名】スローチャナ
ಸುಳ್ಳು【名】偽り、嘘
ಸೂರ್ಯ【名】太陽
ಸೆಕೆ【名】暑さ、熱

ಸೆಡೆ【動】硬直する
ಸೇದು【動】たばこを吸う
ಸೇರು【動】到着する、合わせる
ಸೇವಕ【名】召し使い
ಸೊಪ್ಪು【名】葉
ಸೋಲು【動】敗北する
ಸೈನ್ಯ【名】軍隊
ಸ್ಥಳ【名】場所
ಸ್ತ್ರೀ【名】女性
ಸ್ನಾನ【名】沐浴、水浴び
ಸ್ನೇಹಿತ【名】友達
ಸ್ನೇಹಿಸು【動】快く思う
ಸ್ವಲ್ಪ【副】少し
ಸ್ವಾಮಿ【名】師、神

ಹ

ಹಂಚು【動】分ける
ಹಚ್ಚು【動】灯りを灯す
ಹಣ【名】お金
ಹಣ್ಣು【名】果物
ಹತ್ತಿರ【名】近く
ಹತ್ತು【名】10
ಹತ್ತು【動】燃える、焼ける
ಹಬ್ಬ【名】祭
ಹರಿ【動】のぼる、流れる
ಹರೀಶ【人名】ハリーシュ
ಹಲ್ಲು【名】歯
ಹಸಿ【動】空腹である
ಹಳದಿ【名】黄色
ಹಳೆ【形】古い
ಹಳೇಬೀಡು【地名】ハレービードゥ
ಹಾಕು【動】置く、投げる、(水を)遣る、(服を)着る、(口笛を)吹く
ಹಾಗೆ【副】このように
ಹಾಡು【名】歌【動】歌う
ಹಾಲು【名】ミルク
ಹಾವು【名】蛇
ಹಾಳು【名】破壊
ಹಿಂತಿರು【動】戻る
ಹಿಂತಿರುಗಿಸು【動】返す
ಹಿಂದಿ【名】ヒンディー語
ಹಿಡಿ【動】捕まえる
ಹಿರಿಯ【形】年上の
ಹಿಸಿ【動】握りつぶす
ಹುಟ್ಟು【動】生まれる
ಹುಡುಗ【名】少年
ಹುಡುಗಿ【名】少女
ಹುಲ್ಲು【名】草
ಹುಸಿ【動】嘘をつく
ಹುಳ【名】虫
ಹೂ【名】花
ಹೂಳು【動】埋葬する
ಹೆಂಗಸು【名】女性、妻
ಹೆಂಚು【名】瓦

ಹೆಚ್ಚು【名】多さ、多量
ಹೆಂಡತಿ【名】妻
ಹೆದರು【動】恐れる
ಹೆರು【動】子を産む
ಹೆಸರು【名】名前
ಹೇಮಂತ【人名】ヘーマンタ
ಹೇಲು【動】排便する
ಹೇಳು【動】言う
ಹೊಗಳು【動】誉める
ಹೊಗು　【動】入る
ಹೊಡೆ【動】叩く
ಹೊಂದು【動】得る
ಹೊದಿ【動】体を覆う
ಹೊಯ್ಯು【動】流す
ಹೊಯ್ಸಳ ವಿಷ್ಣು ವರ್ಧನ【名】ホイサラ・ヴィシュヌ・ヴァルダナ
ಹೊರಡು【動】行く、出発する
ಹೊರು【動】背負う
ಹೊಲ【名】野原、畑
ಹೊಸ【形】新しい
ಹೊಸೆ【動】かき混ぜる
ಹೊಳೆ【名】川
ಹೋಗು【動】行く
ಹೋಲು【動】似る
ಹೌದು【肯定辞】はい、ええ

著者紹介

家本　太郎［いえもと・たろう］
京都大学准教授（言語学）

目録進呈　落丁本・乱丁本はお取替えいたします。

令和7年3月30日　Ⓒ第1版発行

基礎カンナダ語文法入門

著　者　家本太郎

発行者　佐藤歩武

発行所

株式会社　大学書林

東京都文京区小石川4丁目7番4号
振替口座　00120-8-43740番
電話　(03)3812-6281～3番
郵便番号　112-0002

ISBN978-4-475-01904-0

横山印刷・牧製本